വ്ളാദിമിർ ഇല്യിച് ലെനിൻ

**Vladimir Ilyich Lenin**
Poem

Vladimir Mayakovsky

*Translation*
*Jyothibhai Pariyadath*

CHINTHA PUBLISHERS
Thiruvananthapuram



*First Edition*
April 2024

*Published & Typesetting*
Chintha Publishers, Thiruvananthapuram

*Printed at*
Repro India Ltd, Mumbai

*Cover Design*
Vinod Mangoes

ISBN : 978-93-93468-03-1

CO - 3456 / 6861

**₹ 170**

Email: chinthapublishers@gmail.com
Website: www.chinthapublishers.com

A version is available at National Libraries
Kolkata, Mumbai, Chennai and Delhi

***Distribution***
**DESHABHIMANI BOOKHOUSE**
H O Thiruvananthapuram 695035

***Branch***
Head Office Kunnukuzhi • Statue Thiruvananthapuram
KSRTC Bus Terminal Thampanoor • Saphalyam Complex Thiruvananthapuram
KSRTC Bus Station Ernakulam • Machingal Lane Thrissur • IG Road Kozhikode
Mavoor Road Kozhikode • NGO Union Building Kannur
Central Bus Terminal Complex Thavakkara Kannur

# വ്ളാദിമിര്‍ ഇല്യിച് ലെനിന്‍

വ്ളാദിമിര്‍ മയക്കോവ്സ്കി

പരിഭാഷ

ജ്യോതീബായ് പരിയാടത്ത്

ചിന്ത പബ്ലിഷേഴ്സ്
തിരുവനന്തപുരം-695 035
വില : ₹ 170

## വ്ളാദിമിർ മയക്കോവ്സ്കി (1893–1930)

സോവിയറ്റ് യൂണിയന്റെ ഭാഗമായിരുന്ന ജോർജിയയിൽ ജനനം. 14–ാം വയസ്സിൽ സോഷ്യലിസ്റ്റ് പ്രസ്ഥാനവുമായി ബന്ധം സ്ഥാപിച്ചു. 1906 ൽ പിതാവിന്റെ മരണശേഷം മോസ്കോയിൽ താമസമാക്കി. സോഷ്യൽ ഡെമോക്രാറ്റിക് ലേബർ പാർട്ടിയിലും തുടർന്ന് ബോൾഷെവിക്കുകൾക്കൊപ്പവും പ്രവർത്തിച്ചു. ആർട്ട് സ്കൂളിൽനിന്നും പുറത്താക്കപ്പെട്ടു. നിരന്തരം എഴുതിയ വിപ്ലവ കവിതകളിലൂടെ ശ്രദ്ധേയനായി. വ്ളാദിമിർ ഇല്യിച് ലെനിനോട് ഹൃദയൈക്യം പുലർത്തി. സോഷ്യലിസ്റ്റ് റിയലിസത്തിന്റെ പ്രയോക്താക്കളിൽ പ്രമുഖൻ. റഷ്യൻ ഫ്യൂച്ചറിസ്റ്റ് ഘട്ടത്തിൽ ഉയർന്നുവന്ന കവികൾക്കൊപ്പമായിരുന്നു മയക്കോവ്സ്കിയുടെയും വളർച്ച. എ ക്ലാസ് ഇൻട്രൗസേഴ്സ്, ബാക്ബോൺ ഫ്ളൂട്ട്, ദ വാർ ആന്റ് ദ മാൻ, വ്ളാദിമിർ ഇല്യിച് ലെനിൻ എന്നിവയാണ് പ്രധാന കൃതികൾ. 1930 ൽ മയക്കോവ്സ്കി ആത്മഹത്യ ചെയ്തു.

## ജ്യോതീബായ് പരിയാടത്ത്

1965 ഏപ്രിൽ 26 ന് പാലക്കാട് ജില്ലയിലെ നെന്മാറയിൽ ജനനം. അച്ഛൻ അന്തിക്കാട് പുഴുകോവിലകത്ത് കൃഷ്ണപ്പണിക്കർ. അമ്മ: നെന്മാറ പരിയാടത്ത് സത്യഭാമ അമ്മ.

പഴയഗ്രാമം എൽ പി സ്കൂൾ, നെന്മാറ ഗവൺമെന്റ് ഗേൾസ് ഹൈസ്കൂൾ, നെന്മാറ എൻ എസ് എസ് കോളേജ് എന്നിവിടങ്ങളിൽ പഠനം. രസതന്ത്രത്തിൽ ബിരുദം. സോഷ്യോളജിയിൽ ബിരുദാനന്തര ബിരുദം.

പുസ്തകങ്ങൾ : പ്ലാച്ചിമട സമരനായികയായിരുന്ന മയിലമ്മയുടെ *മയിലമ്മ ഒരുജീവിതം* എന്ന ആത്മകഥാഖ്യാനം (2006), മൈക്കേൽ ആഞ്ജലോ അന്റോണിയോനിയുടെ *ലാനൊട്ടേ*യുടെ തിരക്കഥാ വിവർത്തനം (പി എസ് മനോജ് കുമാറുമൊത്ത് 2008) പേശാമടന്ത (കാവ്യസമാഹാരം 2009) മയക്കോവ്സ്കി കവിതകൾ (കാവ്യവിവർത്തനം 2012).

# ഉള്ളടക്കം

# പ്രസാധകക്കുറിപ്പ്

സഖാവ് ലെനിൻ മരണമടഞ്ഞ ദിവസം തണുത്തുറഞ്ഞ തെരുവീഥികളിൽ ഒഴുകിയെത്തിയ മനുഷ്യസാഗരത്തെ സാക്ഷിനിർത്തിയാണ് മയക്കോവ്സ്കി *വ്ളാദിമിർ ഇല്യിച് ലെനിൻ* എഴുതിത്തുടങ്ങിയത്. അത്രമേൽ ആഴത്തിൽ മയക്കോവ്സ്കിയുടെ അന്തരാത്മാവിൽ ലെനിന്റെ വിയോഗം ചലനങ്ങൾ സൃഷ്ടിച്ചിരുന്നു. ആ ചലനങ്ങളാണ് ലെനിൻ എന്ന വിപ്ലവകാരിയുടെ ജീവിതത്തെ ആവിഷ്കരിക്കുന്ന ദീർഘ കവിതയായി പരിണമിച്ചത്. പില്ക്കാലത്ത് മയക്കോവ്സ്കിയുടെ മൂത്തസഹോദരിയായ ല്യുദ്മില മയക്കോവ്സ്കായ (Lyudmila Mayakovskaya) ഇപ്രകാരം ഓർത്തെടുത്തു; "മയക്കോവ്സ്കി ലെനിന്റെ മരണത്തെ വ്യക്തിപരമായ നഷ്ടമായാണു കണ്ടത്. അവനെ സംബന്ധിച്ച് ലെനിന്റെ മരണം ഏറ്റവും പ്രിയപ്പെട്ടവന്റെ മരണമായിരുന്നു. ഒളിവു ജീവിതകാലം മുതൽക്കേ ലെനിനെ അവൻ സ്നേഹിച്ചിരുന്നു...."

ലെനിന്റെ ജീവിതവും പോരാട്ടവും വൈകാരികമായി എന്നാൽ വസ്തുനിഷ്ഠത ഒട്ടും ചോരാതെ അവതരിപ്പിക്കുകയാണീ കവിതയിൽ. വിപ്ലവത്തിന്റെയും ലെനിന്റെയും സുഹൃത്തുക്കൾ എക്കാലത്തും നെഞ്ചോടു ചേർക്കുന്ന പുസ്തകമാണിത്. ലെനിന്റെ ജീവിതത്തെയും കാലത്തെയുംപറ്റി വിജയ് പ്രഷാദ് എഴുതിയ ആമുഖവും ലെനിന്റെ സുപ്രധാന രചനയായ *മാർക്സിസത്തിന്റെ മൂന്ന് ഉറവിടങ്ങളും മൂന്നു ഘടകങ്ങളും* ഈ കൃതിയുടെ മാറ്റുകൂട്ടുന്നു.

**ചിന്ത പബ്ലിഷേഴ്സ്**

# I

# സഖാവ് ലെനിന് അദ്ദേഹത്തിന്റെ 150-ാം ജന്മവാർഷികത്തിൽ

**വിജയ് പ്രഷാദ്**

**വ്ളാ**ദിമിർ ഇല്യിച് ഉല്യനോവ് (1870-1924) തന്റെ തൂലികാ നാമമായ 'ലെനിൻ' എന്ന പേരിലാണ് അറിയപ്പെട്ടിരുന്നത്. അദ്ദേഹം തന്റെ സഹോദരങ്ങളെപ്പോലെ ഒരു വിപ്ലവകാരിയായിരുന്നു. സാർ ചക്രവർത്തിയുടെ കാലത്ത് ഒരു വിപ്ലവകാരിയാവുകയെന്നാൽ അതിനർത്ഥം ദീർഘകാലം ജയിലിലും ഒളിവിലും കഴിയുക എന്നതാണ്. ലെനിൻ ഇതുരണ്ടും അനുഭവിച്ചു. റഷ്യൻ സോഷ്യൽ ഡെമോക്രാറ്റിക് ലേബർ പാർട്ടി കെട്ടിപ്പടുക്കാൻ ലെനിൻ ബൗദ്ധികവും സംഘടനാപരവുമായ സഹായം നല്കി. ലെനിന്റെ കൃതികൾ അദ്ദേഹത്തിന്റെ മാത്രം വാക്കുകളല്ല. അദ്ദേഹത്തിന്റെ പാത മുറിച്ചു കടന്നുപോയ ആയിരക്കണക്കിന് വിപ്ലവകാരികളുടെ പ്രവർത്തനവും ചിന്തയും അതിൽ സംഗ്രഹിക്കപ്പെട്ടിട്ടുണ്ട്. വിപ്ലവകാരികളുടെ അനുഭവങ്ങളെ സിദ്ധാന്തവല്ക്കരിക്കാനുള്ള അപാരമായ കഴിവ് അദ്ദേഹത്തിന്റെ പ്രത്യേകതയായിരുന്നു. ഹംഗേറിയൻ മാർക്സിസ്റ്റായ ഗോർഗി ലൂക്കാച്ചിന്റെ താഴെ കൊടുത്തിരിക്കുന്ന വാക്കുകളിൽ അതിശയമേതുമില്ല. "തൊഴിലാളിവർഗ്ഗവിമോചനത്തിനുള്ള പോരാട്ടങ്ങളിലൂടെ ഉരുവംകൊണ്ട സൈദ്ധാന്തികരിൽ മാർക്സിനു തുല്യമായി ലെനിനല്ലാതെ മറ്റാരുമില്ല."

## ഒരു വിപ്ലവത്തിന്റെ സംഘാടനം

1896 ൽ സെന്റ് പീറ്റേഴ്സ് ബർഗിലെ ഫാക്ടറികളിൽ പൊട്ടിപ്പുറപ്പെട്ട നൈസർഗ്ഗികമായ പണിമുടക്കിനു മുന്നിൽ സോഷ്യലിസ്റ്റുകൾ പകച്ചുനിന്നു. എന്തുചെയ്യണമെന്ന് അവർക്ക് അറിയുമായിരുന്നില്ല. അവർക്ക് ലക്ഷ്യബോധം നഷ്ടപ്പെട്ടിരുന്നു. ഇതിനും അഞ്ചുവർഷങ്ങൾ കഴിഞ്ഞ് ഇതേപ്പറ്റി ലെനിൻ ഇങ്ങനെയെഴുതി.

"ഈ കുതിപ്പിനൊപ്പം നില്ക്കാൻ വിപ്ലവകാരികൾക്കായില്ല. ആ പ്രസ്ഥാനത്തെ ആകെ നയിക്കാൻ സൈദ്ധാന്തികമായും പ്രായോഗികമായും ശേഷിയുള്ള ഒരു സംഘടന കെട്ടിപ്പടുക്കുവാനും അവർ പരാജയപ്പെട്ടു." ഈ കുറവ് പരിഹരിക്കണമെന്ന് ലെനിന് തോന്നി.

ഈ കാഴ്ചപ്പാടാണ് ലെനിന്റെ മുഖ്യരചനകളിൽ പിന്തുടരുന്നത്. റഷ്യയിലെ മുതലാളിത്തത്തിന്റെ വൈരുദ്ധ്യങ്ങളെപ്പറ്റി പഠിക്കുമ്പോഴാണ് (*റഷ്യയിലെ മുതലാളിത്ത വളർച്ച* - *The Development of Capitalism* (-1896) സാർസാമ്രാജ്യമാകെ വ്യാപിച്ചുകിടക്കുന്ന കർഷകർക്ക് ഒരു തൊഴിലാളി വർഗ്ഗ സ്വഭാവമുള്ളതായി കണ്ടെത്തിയത്. ഇതിനെ ആസ്പദമാക്കിയാണ് സാർ സാമ്രാജ്യത്വത്തിനും മുതലാളിത്തത്തിനുമെതിരായ പോരാട്ടത്തിൽ തൊഴിലാളി-കർഷക ഐക്യം വേണമെന്ന് ലെനിൻ വാദിച്ചത്. 1905 ൽ റഷ്യൻ വിപ്ലവം പരാജയപ്പെട്ടതിനെപ്പറ്റി ലെനിൻ *നോവയഷിസിൻ* (NovayaZhi നവജീവൻ) ദിനപത്രത്തിൽ (1905 ജനു. 12) എഴുതി. അടിയാളവ്യവസ്ഥയുടെ നിലനില്പ് കർഷക സമൂഹത്തിനുമേൽ ക്രൂരമായൊരു ഭാരം കയറ്റിവയ്ക്കുന്നുണ്ട്. ചുവന്ന ബാനറിനുകീഴിൽ തൊഴിലാളിവർഗ്ഗമാകെ ഈ ഭാരത്തിനെതിരെ യുദ്ധം പ്രഖ്യാപിക്കുകയാണ്. അതു മാത്രം പോര, ലെനിൻ വാദിച്ചു:

> തൊഴിലാളികൾ കർഷകരുടെ ആവശ്യങ്ങൾക്കുവേണ്ടി വാദിച്ചതുകൊണ്ടുമാത്രം ഭൂമിക്കുവേണ്ടിയുള്ള കർഷകരുടെ സ്വതന്ത്രമായ ആവശ്യം നേടിയെടുക്കാനാവില്ല. അതിനുവേണ്ടത് മുതലാളിത്തവാഴ്ചയ്ക്ക് എതിരായും സോഷ്യലിസത്തിനു വേണ്ടിയുമുള്ള പോരാട്ടത്തിൽ കർഷകരും തൊഴിലാളികളും തമ്മിലുള്ള ഐക്യം ആഴത്തിലുള്ളതാക്കലാണ്. കർഷകർക്കുള്ളിലുള്ള വർഗ്ഗബന്ധത്തിനു നേരെ കണ്ണടയ്ക്കേണ്ടതില്ല. ചെറുകിട കർഷകർക്ക് അവരുടെ സ്വന്തമായ ചെറുതുണ്ടു ഭൂമിക്കുവേണ്ടിയുള്ള വർഗ്ഗതാല്പര്യം തീർച്ചയായും ഉണ്ടാവും. സ്വകാര്യ സ്വത്ത് സംരക്ഷിക്കുന്ന കാര്യത്തിലും ഭൂരഹിതകർഷകത്തൊഴിലാളികളെ ചൂഷണം ചെയ്യുന്ന കാര്യത്തിലും ചെറുകിട കർഷകർക്ക് ഭൂപ്രഭുക്കളുമായി കൂടുതലടുത്ത ബന്ധമായിരിക്കും ഉള്ളതെന്നതിനാൽ ലെനിന്റെ പഠനം കർഷകരെ വേർതിരിച്ചു കാണേണ്ടതിന്റെ പ്രശ്നം ഊന്നിപ്പറഞ്ഞു. നാട്ടിൻപുറത്തെ സങ്കീർണ്ണതകളെ പൂർണ്ണമായി ഗ്രഹിച്ചുകൊണ്ടും 'ഉരുക്കു നേത്രങ്ങളു'ടെ സ്പഷ്ടതയോടെ കണ്ടുകൊണ്ടുമാവണം തൊഴിലാളി-കർഷക ഐക്യം കെട്ടിപ്പടുക്കേണ്ടത്. അങ്ങനെ ചെയ്യുവാൻ കഴിഞ്ഞില്ലെങ്കിൽ പെറ്റിബൂർഷ്വാസിയുടെ ദിശയിലേക്ക് നീങ്ങി സോഷ്യലിസം അട്ടിമറിക്കപ്പെടും.

ബോൾഷെവിക്കുകളല്ലാതെയുള്ള സാറിസത്തിന്റെ എതിരാളികൾക്ക് (സോഷ്യൽ ഡെമോക്രാറ്റിക് ഉല്പതിഷ്ണുക്കൾ, സോഷ്യലിസ്റ്റ് വിപ്ലവ

കാരികൾ, മെൻഷെവിക്കുകൾ തുടങ്ങിയവർ) ഒരു വ്യക്തമായ സോഷ്യലിസ്റ്റ് പദ്ധതി ഉണ്ടായിരുന്നില്ല. ബഹുജനപ്രക്ഷോഭങ്ങളിൽ പങ്കെടുത്ത അനുഭവവും ആഴത്തിലുള്ള സൈദ്ധാന്തിക പഠനവും വഴി സോഷ്യൽ ഡെമോക്രാറ്റുകൾക്ക് - ബൂർഷ്വാസിയിലെയും കുലീനവർഗ്ഗത്തിലെയും ഏറ്റവും ഉല്പതിഷ്ണുക്കളായ വിഭാഗം - കർഷകരുടെയും തൊഴിലാളികളുടെയും വിമോചനത്തിനുള്ള പ്രസ്ഥാനം നയിക്കുന്ന കാര്യം പോകട്ടെ ബൂർഷ്വാവിപ്ലവം നയിക്കുവാനുള്ള ശേഷിപോലുമില്ലെന്ന് ലെനിൻ മനസ്സിലാക്കി. *സോഷ്യൽ ഡെമോക്രാറ്റിക് വിപ്ലവത്തിന്റെ രണ്ട് അടവുകൾ (1905)* എന്ന തന്റെ ഗ്രന്ഥത്തിൽ ഇതു സംബന്ധിച്ച സൈദ്ധാന്തികാവലോകനം അദ്ദേഹം നടത്തി. *രണ്ട് അടവുകളി*ലാണ് ഒരുപക്ഷേ, പിന്നോക്ക രാജ്യങ്ങളിലെ സോഷ്യലിസ്റ്റ് വിപ്ലവം സംബന്ധിച്ച ഏറ്റവും പ്രധാനപ്പെട്ട മാർക്സിസ്റ്റ് കാഴ്ചപ്പാട് അവതരിപ്പിക്കപ്പെട്ടത്. അത്തരം രാജ്യങ്ങളിൽ അടിമസമാനമായ പരാധീനതകൾ നിലനിർത്തുന്ന സ്ഥാപനങ്ങളെ തച്ചുതകർത്ത് സോഷ്യലിസ്റ്റ് സമൂഹത്തിലേക്കു മുന്നേറാൻ തൊഴിലാളികളും കർഷകരും യോജിച്ച് പോരാടണം.

1896 ലും 1905 ലും ഇറക്കിയ ഈ രണ്ടു കൃതികളിലും ലെനിൻ, റഷ്യൻ വിപ്ലവം മുതലാളിത്ത വികസനത്തെ മറികടക്കണം എന്ന നരോദ്നിക്കുകളുടെ വാദത്തെയോ അത് മുതലാളിത്ത വികസനത്തിന്റെ ഘട്ടത്തിലൂടെ കടന്നുപോകണമെന്ന ലിബറൽ ഡെമോക്രാറ്റുകളുടെ വാദത്തെയോ തള്ളിക്കളയുകയാണു ചെയ്തത്. ഈ രണ്ട് പാതകളും സാദ്ധ്യമോ ആവശ്യമുള്ളതോ ആയിരുന്നില്ല താനും. മുതലാളിത്തം ഇതിനോടകം തന്നെ റഷ്യയിൽ കടന്നുവന്നിരുന്നു എന്ന വസ്തുത സമ്മതിക്കാൻ ലിബറൽ ഡെമോക്രാറ്റുകൾ തയ്യാറായിരുന്നില്ല. അതിനെ തരണം ചെയ്യാൻ കർഷകരുടെയും തൊഴിലാളികളുടെയും വിപ്ലവത്തിനു കഴിയും എന്ന കാര്യവും അവർ അംഗീകരിച്ചില്ല. 1917 ലെ വിപ്ലവവും സോവിയറ്റ് പരീക്ഷണവും ലെനിന്റെ വാദം ശരിയാണെന്നു തെളിയിച്ചു. കുലീനന്മാരായ ലിബറലുകൾക്ക് കർഷക-തൊഴിലാളി വിപ്ലവം നയിക്കാനാകില്ല എന്നു മാത്രമല്ല ബൂർഷ്വാവിപ്ലവം നയിക്കാൻ പോലുള്ള ശേഷിയില്ലെന്നു ഉറപ്പിച്ച ശേഷം ലെനിൻ തന്റെ ശ്രദ്ധ അന്താരാഷ്ട്രസാഹചര്യത്തിലേക്കു തിരിച്ചു. സ്വിറ്റ്സർലാന്റിൽ ഒളിവിൽ കഴിയുന്ന കാലത്ത് ലെനിൻ, 1914 ൽ സോഷ്യൽ ഡെമോക്രാറ്റുകൾ യുദ്ധവെറിക്ക് അടിപ്പെടുന്നതും തൊഴിലാളിവർഗ്ഗത്തെ ലോകമഹായുദ്ധത്തിന് എറിഞ്ഞുകൊടുക്കുന്നതും കാണുകയുണ്ടായി. ഇതേപ്പറ്റി *റോസ ലക്സംബർഗും* തുല്യയളവിൽ ദുഃഖിതയായിരുന്നു. അവർ എഴുതി: "*സമാധാനക്കാലത്ത് ലോകതൊഴിലാളികൾ ഒന്നിക്കുകയും യുദ്ധകാലത്ത് പരസ്പരം കഴുത്തറുക്കുന്നു.** *സാമ്രാജ്യത്വം മുതലാളിത്തത്തിന്റെ പരമോന്നതഘട്ടം* എന്ന സുപ്രധാന പുസ്തകം ലെനിൻ എഴുതി. ധനമൂലധനത്തിന്റെയും കുത്തക സ്ഥാപനങ്ങളുടെയും വളർച്ചയേയും മുതലാളിമാർ തമ്മിലും സാമ്രാജ്യത്വ ശക്തികൾ തമ്മിലും

* Rebuilding the international Ria luxumburg 1915

ഉടലെടുക്കുന്ന ഭിന്നതയെപ്പറ്റി വ്യക്തമായ ഒരു കാഴ്ചപ്പാട് ഈ കൃതിയിലൂടെ ലെനിൻ മുന്നോട്ടുവച്ചു. പടിഞ്ഞാറൻ ദേശങ്ങളിലെ സോഷ്യലിസ്റ്റു പ്രസ്ഥാനങ്ങളുടെ പരിമിതിയെപ്പറ്റി ലെനിൻ ഈ കൃതിയിൽ പരിശോധിച്ചു. തൊഴിലാളികളിൽ നിലനില്ക്കുന്ന കുലീന ബോധം സോഷ്യലിസ്റ്റ് സമരോത്സുകതയ്ക്ക് തടസ്സം നില്ക്കുന്നതായും സാമ്രാജ്യത്വ ചങ്ങലയിലെ ഏറ്റവും ദുർബ്ബല കണ്ണിയായ കിഴക്കൻ ദേശങ്ങളിൽ വിപ്ലവസാദ്ധ്യത നിലനില്ക്കുന്നതായും ലെനിൻ കണ്ടു. സമകാലിക സാമ്രാജ്യത്വത്തെപ്പറ്റിയുള്ള തന്റെ ചിന്തയെപ്പറ്റി വ്യക്തത വരുത്താനായി റഷ്യൻ, ജർമ്മൻ, ഫ്രഞ്ച്, ഇംഗ്ലീഷ് എന്നീ ഭാഷകളിൽപ്പെട്ട 148 ഗ്രന്ഥങ്ങളും 213 ലേഖനങ്ങളും ലെനിൻ വായിച്ചിരുന്നതായി അദ്ദേഹത്തിന്റെ നോട്ടുബുക്ക് വ്യക്തമാക്കുന്നു. സാമ്രാജ്യത്വത്തെപ്പറ്റിയുള്ള ഈ സുവ്യക്ത ധാരണയാണ് *ദേശങ്ങളുടെ സ്വയം നിർണ്ണയാവകാശം* എന്ന ഉറച്ച നിലപാടിലേക്ക് ലെനിനെ എത്തിച്ചത്. അപ്പോൾ ഈ ദേശങ്ങൾ സാറിന്റെ സാമ്രാജ്യത്തിനും കീഴിലുള്ളതാണോ മറ്റ് യൂറോപ്യൻ സാമ്രാജ്യങ്ങൾക്കു കീഴിലുള്ളതാണോ എന്ന കാര്യം ലെനിൻ പരിഗണിച്ചില്ല. കമ്യൂണിസ്റ്റ് ഇന്റർനാഷണൽ വികസിപ്പിച്ചെടുത്ത സോവിയറ്റ് യൂണിയന്റെ സാമ്രാജ്യത്വ വിരുദ്ധ നിലപാടിന്റെ കാതൽ ഇവിടെ ദർശിക്കാം**

*'സാമ്രാജ്യത്വം' എന്ന പദം മാർക്സിസത്തിന് ലെനിൻ നല്കിയ സംഭാവന എന്ന നിലയിൽ വലിയ പ്രാധാന്യമുള്ളതാണ്. ആഗോളതലത്തിലുള്ള അസന്തുലിതമായ മുതലാളിത്ത വികസനവും ഈ അസന്തുലിതാവസ്ഥ നിലനിർത്താനുള്ള ബലപ്രയോഗവുമാണ് ഈ പദം കൊണ്ട് അർത്ഥമാക്കുന്നത്.* ഭൂമിയുടെ ചില ഭാഗങ്ങൾ കോളനിവല്ക്കരണത്തിന്റെ മുൻചരിത്രമുള്ളയിടങ്ങളിൽ പ്രത്യേകിച്ചും - മറ്റ് രാജ്യങ്ങൾക്ക് കീഴ്പ്പെട്ടിരിക്കുകയാൽ അവരുടെ സ്വതന്ത്രമായ ദേശീയ വികസന ലക്ഷ്യങ്ങൾ വൈദേശികമായ രാഷ്ട്രീയ സാമ്പത്തിക സാമൂഹ്യ സാംസ്കാരിക ശക്തി തടസ്സപ്പെടുത്തപ്പെട്ടിരിക്കും. ലെനിന്റെ സാമ്രാജ്യത്വം സംബന്ധിച്ച സിദ്ധാന്തം നമ്മുടെ കാലത്തെ സാഹചര്യങ്ങളിൽ നിലനില്ക്കത്തക്കതല്ല എന്ന രീതിയിലുള്ള പുത്തൻ നിരീക്ഷണങ്ങൾ ഉയർന്നുവരുന്നുണ്ട്. ഉദാഹരണത്തിന്, *ആന്റോണിയോ നെഗ്രിയും മൈക്കൽ ഹർദതും* വാദിക്കുന്നത് ഇപ്പോൾ ആഗോള രാഷ്ട്രീയത്തിൽ ശത്രുത ശേഷിക്കുന്നില്ല, ശേഷിക്കുന്നത് അമേരിക്കൻ ഐക്യനാടുകളുടെ ഭരണഘടനയുടെ ലോകവ്യാപകമായ പരമാധികാരം മാത്രമാണ്. ഇതിനെ അവർ 'സാമ്രാജ്യം' അഥവാ 'എംപയർ' എന്നു വിളിക്കുന്നു. അതിനാൽ ആളുകൾക്ക്- ജനസഞ്ചയത്തിന് ചെയ്യാവുന്ന പ്രധാനകാര്യമായി അവർ നിർദ്ദേശിക്കുന്നത് ആ ഭരണഘടനയുടെ വ്യവസ്ഥകളെ വെല്ലുവിളിക്കയാണ്. അല്ലാതെ, അവരുടെ ആഗോളതാല്പര്യം എന്ന വസ്തുതയെ വെല്ലുവിളിക്കുകയല്ല. മറ്റു ചിലരുടെ വാദം ലോകം നിരപ്പായിക്കഴിഞ്ഞിരിക്കുന്നു എന്നത്രെ. അതിനാൽ

** John Riddell et al. eds. Liberate the colonies communism and colonial Freedom 1917-24 New Delhi Left word books 2019.

ആഗോളവടക്ക് ആഗോളതെക്കിനെ അടിച്ചമർത്തുന്നു എന്ന വാദം നില നില്ക്കുകയില്ല. ഈ രണ്ടു മേഖലകളിലെയും സമ്പന്നർ ആഗോള മുതലാളിത്ത വ്യവസ്ഥയുടെ ഭാഗം ആയിക്കഴിഞ്ഞിരിക്കുന്നു. ഇത്തരമൊരു സിദ്ധാന്തം മുമ്പ് കാൾ കൗട്ട്സ്കി തീവ്രസാമ്രാജ്യത്വം -Ultra imperialism- എന്ന പേരിൽ മുന്നോട്ടുവച്ചതാണ്. ഇതിനോട് ലെനിൻ നല്ലമൂർച്ചയോടെ പ്രതികരിക്കുകയുണ്ടായി. കൗട്ട്സ്കിയുടെ 'തീവ്ര സാമ്രാജ്യത്വ സിദ്ധാന്തപ്രകാരം ധനമൂലധന വാഴ്ച ലോകസമ്പദ്വ്യവസ്ഥയിൽ സഹജമായി ഉൾച്ചേർന്ന അസന്തുലിതാവസ്ഥയെയും വൈരുദ്ധ്യങ്ങളെയും കുറയ്ക്കും. എന്നാൽ യാഥാർത്ഥ്യം തിരിച്ചാണ്. അത് അസന്തുലിതാവസ്ഥയെയും വൈരുദ്ധ്യങ്ങളെയും വർദ്ധിപ്പിക്കുകയാവും ചെയ്യുന്നത്.* *തീർച്ചയായും ലെനിന്റെ കൃതികൾ പഴയതാണ്. അതു എഴുതപ്പെട്ടത് ഒരു നൂറ്റാണ്ടിനു മുമ്പാണ്. അതിന്മേൽ ശ്രദ്ധയോടുകൂടി പരിശോധനകൾ ആവശ്യം തന്നെയാണ്. എന്നാൽ ആ സിദ്ധാന്തത്തിന്റെ അന്തസ്സാരം ഇന്നും സാധുതയുള്ളതാണ്. അതായത് മുതലാളിത്ത സ്ഥാപനങ്ങൾ കുത്തകയാകാനുള്ള പ്രവണതയുള്ളവയാണ്. കിഴക്കൻ രാജ്യങ്ങളുടെ സമ്പത്ത് ധനമൂലധനം കൂട്ടിച്ചേർക്കുന്നു. കിഴക്കൻ രാജ്യങ്ങളുടെ വികസനത്തിനായുള്ള അജണ്ടയെ ബലപ്രയോഗത്തിലൂടെ തടയാനും അട്ടിമറിക്കാനും ധനമൂലധനം ശ്രമിക്കുന്നു.*

1893 മുതൽ 1917 വരെയുള്ള കാലത്ത് ലെനിൻ പഴയ മാതൃകയിലുള്ള പാർട്ടി സംവിധാനത്തിന്റെ, സോഷ്യൽ ഡെമോക്രാറ്റിക് പാർട്ടിയുടെ, പരിമിതികൾ പഠനവിധേയമാക്കി. 1917 ലെ റഷ്യൻ വിപ്ലവത്തിനു മുമ്പുള്ള പതിറ്റാണ്ടുകളിൽ ലെനിന്റെ സമാഹൃതകൃതികളിലൂടെ കണ്ണോടിക്കുന്ന ഒരാൾക്ക് പാർട്ടി കെട്ടിപ്പടുക്കുന്നതു സംബന്ധിച്ചും ബഹുജന സംഘടനകൾ ശക്തിപ്പെടുത്തുന്നതു സംബന്ധിച്ചും ആയിരക്കണക്കിന് ലേഖനങ്ങൾ കാണാനാവും. 1899 ൽ ലെനിൻ എഴുതിയ *പാർട്ടി പരിപാടിയെപ്പറ്റി* എന്ന ഗ്രന്ഥത്തിൽ അദ്ദേഹം പാർട്ടി തുടർച്ചയായ പ്രവർത്തനങ്ങളിൽ ഏർപ്പെടണമെന്നും നൈസർഗ്ഗികമായി ഉണ്ടാകുന്ന മുന്നേറ്റങ്ങളെയോ തുടക്കത്തിലുണ്ടാകുന്ന തള്ളിക്കയറ്റങ്ങളെയോ മാത്രം ആശ്രയിക്കരുതെന്നും മുന്നറിയിപ്പു നല്കുന്നു. തുടർച്ചയായ ഇത്തരം പ്രവർത്തനങ്ങൾ കർഷകസമൂഹവും തൊഴിലാളിവർഗ്ഗവുമായി പാർട്ടിക്കുള്ള ജൈവബന്ധത്തെ സുദൃഢമാക്കുകയും അത് ബഹുജനപ്രക്ഷോഭമായി ഉയർന്നുവരാൻ ശേഷിയുള്ള പ്രക്ഷോഭങ്ങൾക്ക് വിത്തുപാകുകയും ചെയ്യും. ഈ ചിന്തയിൽ നിന്നുമാണ് (1902 ൽ) *എന്തു ചെയ്യണം* എന്ന കൃതിയിലൂടെ വിപ്ലവ പാർട്ടി സംബന്ധിച്ച ധാരണകൾ ലെനിൻ ബലപ്പെടുത്തിയത്. കർഷക-തൊഴിലാളിവർഗ്ഗ പാർട്ടി കെട്ടിപ്പടുക്കുന്നതിനും പാർട്ടിയുടെ മുന്നണിപ്പോരാളികളായി വർഗ്ഗബോധമുള്ള തൊഴിലാളികളെ വളർത്തിക്കൊണ്ടുവരുന്നതിനും അടിച്ചമർത്തലിനെതിരായ ശക്തമായ രാഷ്ട്രീയ സമരങ്ങൾ

* Quoted in Lenin, collected works vol. 19, p. 165 Also see Karl Kautsky, 'Ultra imperialism' New left Review vol. No. 59 (Jan-Feb 1070)

വഴി കലർപ്പില്ലാത്തതും ശക്തമായതുമായ രാഷ്ട്രീയബന്ധം വളർത്തുവാൻ ഉതകുന്നതുമായ ധീരമായ ആശയങ്ങൾ ലെനിൻ വികസിപ്പിച്ചെടുത്തു. നിലനില്ക്കുന്ന വ്യവസ്ഥിതിയുടെ നിഷ്ഠുരത തൊഴിലാളികൾ തിരിച്ചറിയണം. അതുപോലെത്തന്നെ തൊഴിലാളിവർഗ്ഗ ഐക്യം ശക്തവുമാക്കണം.

1896 നും 1916 നും ഇടയിൽ രചിക്കപ്പെട്ട ഈ കൃതികൾ ബോൾഷെവിക്കുകൾക്കും ലെനിനുതന്നെയും 1917 ലെ പോരാട്ടങ്ങൾ എങ്ങനെ നടപ്പാക്കണം എന്നതിനെപ്പറ്റിയുള്ള ചിന്തയുടെ ഭൂമികയൊരുക്കി. '*ബോൾഷെവിക്കുകൾക്ക് ഭരണകൂടാധികാരം നിലനിർത്താനാകുമോ*' എന്ന ലഘുലേഖ ബഹുജനങ്ങളുടെ മേൽ ലെനിനുള്ള വിശ്വാസത്തിന്റെ പ്രഖ്യാപനമാണ്. 1917 ലെ വിപ്ലവം പൊട്ടിപ്പുറപ്പെട്ടതോടെ അതുവഴി ഉല്ഭൂതമായ സംഭവങ്ങളെ ലെനിൻ നിരന്തരം സിദ്ധാന്തവല്ക്കരിച്ചു. 1917 ലെ ഫെബ്രുവരി വിപ്ലവം സാർ ഭരണം അവസാനിപ്പിച്ച് ലിബറലുകളുടെ കൈയിൽ അധികാരമെത്തിച്ചു. ഇതുമായി ബന്ധപ്പെട്ട് തുല്യപ്രാധാന്യത്തോടെ ലെനിൻ രണ്ടു സംഭവങ്ങളെ പിന്തുടർന്നു.

*1) കെറൻസ്തിയുടെ നേതൃത്വത്തിലുള്ള ലിബറലുകൾ വിപ്ലവ ലക്ഷ്യങ്ങളെ വഞ്ചിക്കാൻ തയ്യാറെടുക്കുകയും റഷ്യയെ യുദ്ധത്തിലേക്ക് മടക്കിക്കൊണ്ടുപോയി സാറിന്റെ വ്യവസ്ഥിതിയെ നിലനിർത്തുവാൻ ശ്രമിക്കുകയും ചെയ്യുന്നു.*

*2) വിപ്ലവത്തൊഴിലാളിവർഗ്ഗവും അതിന്റെ പാർട്ടികളും സജീവവും ശ്രദ്ധാലുക്കളുമാണ്. അവർ സോവിയറ്റുകളിലൂടെ തങ്ങളുടെ രാഷ്ട്രീയ മാതൃക ശക്തിപ്പെടുത്തുന്നു.* ലിബറലുകൾക്ക് മേധാവിത്തമുള്ള ഡ്യൂമക്കെതിരെ കർഷകരും തൊഴിലാളികളും നിയന്ത്രിക്കുന്ന സോവിയറ്റുകൾ ദ്വന്ദാധികാരത്തിന്റെ കേന്ദ്രമായി. ഇതുകൊണ്ട് എന്താണ് ലെനിൻ അർത്ഥമാക്കിയത്? അദ്ദേഹത്തിന്റെ ഈ കാലഘട്ടത്തിലെ അനേകം ലേഖനങ്ങളിൽ കാണുന്നപോലെ സോവിയറ്റുകൾ വിപ്ലവ ലക്ഷ്യത്തെ പ്രതിരോധിക്കുകയും അധികാരം കൈയാളുകയും വേണം. 1917 സെപ്തംബർ മാസത്തിൽ ലെനിൻ എഴുതി. *ഒരു മാർക്സിസ്റ്റിനെ സംബന്ധിച്ചിടത്തോളം കലാപം ഒരു കലയാണ്.* ലെനിനും ബോൾഷെവിക്കുകളും തങ്ങളുടെ പോരാളികളെ ഒരുക്കിനിർത്തി. 1917 ഒക്ടോബറിൽ അവർ ആഞ്ഞടിച്ചു. 1917 ലെ റഷ്യൻ വിപ്ലവം വിജയിച്ചു.

## ഒരു ഭരണകൂടത്തെ നിർമ്മിച്ചെടുക്കൽ

അധികാരം പിടിച്ചെടുക്കുന്നതുകൊണ്ടു മാത്രം ഒരു വിപ്ലവം പൂർത്തിയാവുകയില്ല. സാറിസ്റ്റ് ഭരണകൂടത്തെ തകർത്തെറിഞ്ഞ് ലെനിനും അദ്ദേഹത്തിന്റെ സഖാക്കളും അധികാരമേറ്റെടുത്ത ശേഷം അവർക്ക് നിരവധി കാര്യങ്ങൾ ഉടൻ ചെയ്തുതീർക്കാനുണ്ടായിരുന്നു. *ലെനിന്റെ ഭരണകൂടവും വിപ്ലവവും (1918)* സൂക്ഷിച്ചു വായിച്ചാൽ തങ്ങളുടെ പുതിയ ദൗത്യത്തിനു മുന്നിൽ വന്നുചേരാവുന്ന പ്രശ്നങ്ങളെപ്പറ്റി ലെനിൻ മുൻകൂട്ടി കണ്ടിരുന്നതായി കാണാം. ഭരണകൂടത്തിന്റെ തുടർച്ച അവർക്ക് കരഗത

മാകുന്നു എന്നുമാത്രമല്ല അതിനെ തച്ചുതകർത്ത് പുതിയ ഒരുകൂട്ടം സ്ഥാപനങ്ങൾ പടുത്തുയർത്തേണ്ടതുമുണ്ട്. അവയ്ക്കാകട്ടെ പുതിയ സ്ഥാപന പരമായ സംസ്കാരം ഉണ്ടാകണം. ഭരണകൂടത്തിനും സമൂഹത്തിനും പുതിയൊരു സമീപനമുണ്ടാക്കാൻ കാഡർമാർ പരിശ്രമിക്കുകയും വേണം. ഈ ഘട്ടത്തിൽ (1918 ഏപ്രിൽ) എഴുതിയ *സോവിയറ്റ് ഗവൺമെന്റിന്റെ അടിയന്തരകടമകൾ* എന്ന കൃതിയിൽ സോവിയറ്റ് യൂണിയന്റെ ആദ്യ ചില വർഷങ്ങളിലെ പ്രവർത്തനത്തിനുള്ള അജണ്ടയുടെ രൂപരേഖ തയ്യാറാക്കപ്പെട്ടു. മറ്റു കൃതികൾ ഭരണകൂടം കെട്ടിപ്പടുക്കുന്നതു സംബന്ധിച്ച ലെനിന്റെ പൊതു കാഴ്ചപ്പാടുകളും ശത്രുക്കളാൽ വിലയിതമായ ആ ഘട്ടത്തിൽ അതിനുമുന്നിലുള്ള വെല്ലുവിളികളും അടിവരയിടുന്നു. ലെനിന്റെ *കുറച്ചാവുന്നത് നന്ന് എന്നാൽ അത് നന്നായിരിക്കണം* (Better Fewer, But Better). 1923 ലെനിൻ എഴുതുന്നത് ലെനിന്റെ ജീവിതത്തിന്റെ അന്ത്യഘട്ടത്തിലാണ്. പുതിയ സർക്കാരും സമൂഹവും നേരിട്ട പ്രശ്നങ്ങളെപ്പറ്റിയുള്ള സത്യസന്ധവും യുക്തിസഹവുമായ വിവരങ്ങളാണാ കൃതിയിൽ.

1922 നവംബർ മാസം 20 ന് ലെനിൻ തന്റെ അന്തിമ പൊതുപരിപാടിയിൽ പങ്കെടുത്തു. അത് മോസ്കോ സോവിയറ്റിനു മുമ്പിലായിരുന്നു. അത് ലെനിന്റെ വ്യക്തിത്വം പരിപൂർണ്ണമായി വെളിപ്പെടുത്തുന്ന ഒന്നായിരുന്നു. അദ്ദേഹത്തിന്റെ ആത്മവിശ്വാസവും മനുഷ്യത്വവും അതു വ്യക്തമാക്കി. അദ്ദേഹത്തിന്റെ അഭിലാഷവും സത്യസന്ധതയും അതു വെളിപ്പെടുത്തി:

നമുക്കിപ്പോഴുമുള്ളത് പഴയ സംവിധാനമാണ്. നമ്മുടെ ദൗത്യമാകട്ടെ പുതിയ സാഹചര്യങ്ങൾക്കനുസരിച്ച് അതിനെ പുനഃസൃഷ്ടിക്കലും. നമുക്കത് പെട്ടെന്ന് നിർവ്വഹിക്കാനാവില്ല. കമ്യൂണിസ്റ്റുകാരെ ആ സംവിധാനത്തിനുള്ളിൽ അനുയോജ്യമാം വിധത്തിൽ നമ്മൾ വിന്യസിച്ചിട്ടുണ്ട്. ആ കമ്യൂണിസ്റ്റുകാർ അവർക്ക് ചുമതലപ്പെടുത്തിയിട്ടുള്ള സംവിധാനങ്ങളെ ശരിയായി നിയന്ത്രിക്കണം. സാധാരണ നമുക്ക് സംഭവിക്കാറുള്ളതുപോലെ സംവിധാനങ്ങൾ അവരെ നിയന്ത്രിക്കാനുള്ള സാഹചര്യങ്ങൾ സൃഷ്ടിക്കുകയല്ല വേണ്ടത്. കാര്യങ്ങൾ രഹസ്യമായി വയ്ക്കുകയല്ല തുറന്നു സംസാരിക്കുകയാണു വേണ്ടത്. നമ്മുടെ ദൗത്യത്തെപ്പറ്റിയും അത് നേടാനുണ്ടാകുന്ന തടസ്സങ്ങളെപ്പറ്റിയും തുറന്നു സംസാരിക്കണം. നാം നമ്മുടെ പ്രായോഗിക വഴികളിലേക്ക് കടക്കുമ്പോൾ സോഷ്യലിസത്തെ ഉത്സവ വർണ്ണങ്ങളിൽ എഴുതിവച്ചിട്ടുള്ള ബിംബങ്ങളായി മാത്രം കാണരുത്. നാം ശരിയായ ദിശയിലേക്കു തന്നെ നീക്കണം. നമ്മുടെ പ്രവർത്തനങ്ങളെ ഓരോ ഘട്ടത്തിലും പരിശോധിക്കണം. *ബഹുജനങ്ങൾ, ജനങ്ങൾ ആകെയും നമ്മുടെ പാതയെ വിലയിരുത്തിക്കൊണ്ടു പറയണം; ഇതാണ് പഴയ വ്യവസ്ഥിതിയേക്കാൾ മികച്ചതെന്ന്. അതാണ് നാം ഏറ്റെടുത്തിട്ടുള്ള ദൗത്യം. രാജ്യത്തെ ജനസംഖ്യയുമായി താരതമ്യപ്പെടുത്തിയാൽ നമ്മുടെ പാർട്ടിയെന്നാൽ ഒരു ചെറിയ കൂട്ടം മനുഷ്യർ മാത്രമാണ്.*

അവരത്രേ ഈ ദൗത്യത്തെ നയിക്കുന്നത്. എല്ലാറ്റിനെയും പുനർനിർമ്മിക്കാൻ ചുമതലപ്പെട്ടവരും അവരാണ്. അവർ അത് നിർവ്വ

ഹിക്കുക തന്നെ ചെയ്യും. അത് വെറും ഒരു ഉട്ടോപ്യയല്ല ജനങ്ങള്‍ ദൈനം ദിന ജീവിതത്തില്‍ അനുഭവിക്കുന്ന യാഥാര്‍ത്ഥ്യമാണെന്ന് നാം കാട്ടിക്കൊടുത്തു. ഇതെല്ലാം നാം കണ്ടതുമാണ്. അത് ഇതിനകം തന്നെ നിര്‍വ്വഹിച്ചുകഴിഞ്ഞു. ജനങ്ങളിലെ മഹാഭൂരിപക്ഷം പേരും പ്രത്യേകിച്ചും കര്‍ഷകരും തൊഴിലാളികളും പറയണം. നിങ്ങളല്ല നിങ്ങളെ പ്രകീര്‍ത്തിക്കേണ്ടത് ജനങ്ങളാണ്. അത്തരത്തിലുള്ള പുനര്‍ നിര്‍മ്മാണമാണ് നമുക്ക് വേണ്ടത്. നമ്മള്‍ അത്ഭുതകരമായ ഫലം നേടിയെടുക്കണം. ബുദ്ധിയുള്ള ഒരു മനുഷ്യനും പറയാനിടയാക്കരുത് ഞങ്ങള്‍ക്ക് പഴയതിലേക്കു മടങ്ങണമെന്ന്. എന്നാല്‍ നാം ആ അവസ്ഥയിലേക്ക് ഇനിയും എത്തിച്ചേര്‍ന്നിട്ടില്ല... സോഷ്യലിസം ഭാവിയില്‍ നേടിയെടുത്തേക്കാവുന്ന ഒരു കാര്യമല്ല. അമൂര്‍ത്തമായ ഒരു ലക്ഷ്യവുമല്ല. അതു വെറുമൊരു ബിംബവുമല്ല. ബിംബങ്ങളെപ്പറ്റി നമുക്കുള്ള അഭിപ്രായം പഴയതുതന്നെ. വളരെ മോശപ്പെട്ട ഒന്ന്. നാം സോഷ്യലിസത്തെ ദൈനംദിന ജീവിതാനുഭവമാക്കി. അത് എത്രത്തോളമെന്ന് നാം പരിശോധിക്കണം. ഈ ഘട്ടത്തിലെ നമ്മുടെ ദൗത്യം അതാണ്. നമ്മുടെ യുഗത്തിലെ പ്രധാന ദൗത്യം.

1921 ഓടെ ലെനിന്റെ ആരോഗ്യം വേഗത്തില്‍ മോശമാകാന്‍ തുടങ്ങി. 1922 ല്‍ അദ്ദേഹത്തിന് ആദ്യത്തെ സ്ട്രോക്ക് വന്നു. 1924 ജനുവരി മാസം 21 ന് 53-ാം വയസ്സില്‍ ലെനിന്‍ മരിച്ചു. മൂന്ന് തണുത്തുറഞ്ഞ ദിനങ്ങളില്‍ റെഡ്സ്ക്വയറിലെ മുസോളിയത്തിലേക്ക് മാറ്റുന്നതിനു മുമ്പ്, ജനമഹാസമുദ്രം ലെനിന് അന്ത്യാഭിവാദ്യങ്ങള്‍ അര്‍പ്പിക്കാന്‍ ഒഴുകിയെത്തി. അവിടെയാണ് ലെനിന്റെ ശരീരം ഇപ്പോഴുമുള്ളത്.

നൂറ് വര്‍ഷങ്ങള്‍ക്കുമുമ്പ് ലെനിന്‍ എഴുതിയ കാര്യങ്ങള്‍ വേദവാക്യങ്ങളായി എടുക്കരുത്. സാഹചര്യങ്ങള്‍ മാറുന്നു. സംഭവവികാസങ്ങളെ ശരിയായി പഠനവിധേയമാക്കണം. മാര്‍ക്സിസം 'മൂര്‍ത്തമായ സാഹചര്യങ്ങളുടെ മൂര്‍ത്തമായ വിലയിരുത്തലാണെന്ന്' നമ്മെ പഠിപ്പിച്ചതും ലെനിനാണ്. നാം ലെനിനില്‍നിന്നു പഠിച്ചത് അദ്ദേഹത്തിന്റെ രീതികളും തത്ത്വങ്ങളും മാത്രമല്ല രാഷ്ട്രീയത്തെപ്പറ്റിയും നയങ്ങളെപ്പറ്റിയുമുള്ള അദ്ദേഹത്തിന്റെ വര്‍ഗ്ഗസമീപനങ്ങളും കൂടിയാണ്. വിപ്ലവങ്ങള്‍ അതേരൂപത്തില്‍ അതിന്റെ സൂക്ഷ്മാംശത്തിലും വിപ്ലവപ്രക്രിയ എന്ന നിലയിലും ആവര്‍ത്തിക്കപ്പെടുകയില്ല. വ്യത്യസ്തമായ ചരിത്രസന്ധികളില്‍ വ്യത്യസ്തമായ മൂര്‍ത്ത സാഹചര്യങ്ങളില്‍ നമുക്ക് വേണ്ടത് വ്യത്യസ്തമായ വിപ്ലവ ബലതന്ത്രമാണ്. പ്രേരണയായും മാതൃകയായും നമുക്ക് ലെനിനുണ്ട്. നമ്മുടെ ചുമലുകളില്‍.

# II

## വ്ളാദിമിര്‍ ഇല്യിച് ലെനിന്‍

നേരമായിരിക്കുന്നു
ലെനിന്റെ കഥ ഞാനി-
ന്നെഴുതിത്തുടങ്ങുന്നു.

ആറുന്നൂ മനസ്താപ-
മെന്നല്ലയർത്ഥം അന്നാ-
വേളയിലറിഞ്ഞവൻ-
നടുക്കം, പിന്നെത്തീക്ഷ്ണം
സുസ്പഷ്ട, മഗാധത്തിൽ
ഭാരമേറ്റുന്നു നീറ്റം.

കുതിക്ക സമയമേ,
നീ നിന്റെ ചുഴലിയിൽ,
വിതച്ചുപടർത്തുക
ലെനിന്റെ മുദ്രാവാക്യം.

ആവില്ല മുങ്ങിത്താഴാൻ
കണ്ണീരിൽ നമുക്കിനി
ഏതുവന്നാലും! ലോക-
ത്താരുമില്ലമരനായ്
ലെനിനെക്കാളും, ലെനിൻ
നമുക്കു ബലം ജ്ഞാനം
ഉറപ്പായ് തുണയ്ക്കെത്തും
കരുത്തിൻ പടക്കോപ്പ്.

*വ്‌ളാദിമ്ര്‍ മയ്ക്കോവ്സ്കി*

കരയിലെന്നാകിലും
നൗകകള്‍ നമ്മള്‍ മര്‍ത്ത്യര്‍
പരുത്ത മണ്ണില്‍ ,കല്ലില്‍
ഉരഞ്ഞുപാഴ്‌വസ്തുക്കള്‍
അടിഞ്ഞുവാഴ്‌വിന്‍ചുമര്‍-
മിനുസംനഷ്ടപ്പെട്ടോര്‍.

ഭ്രാന്തമായ് നുരച്ചെത്തും
പേക്കൊടുങ്കാറ്റില്‍ പിളര്‍-
ന്നേകാന്തമിരിക്കും നാം
വെയിലില്‍ വെളിച്ചത്തില്‍.
പൊടിക്കും പായല്‍പ്പച്ച
വഴുക്കും കടല്‍ച്ചൊറി
തുടയ്ക്കുംവെടിപ്പാക്കും
പുതുക്കും സൂര്യന്‍ നമ്മെ.

ഇടയ്ക്കു ചെല്ലും ഞാനും
ലെനിന്റെ സവിധത്തില്‍
വെടിപ്പാല്‍ മിനുങ്ങുവാന്‍
പുതുക്കാനെന്നെ എന്നും
വിപ്ലവത്തിരയ്ക്കൊപ്പം
കുതിച്ചു മുന്നേറുവാന്‍.

പിറകില്‍പ്പിറകിലായ്
ചൊരിയും പ്രശംസകള്‍
കപടം മണക്കുന്ന,
ചതികള്‍ ഭയക്കുന്ന
ചെറുപയ്യന്‍ പോല്‍, സത്യം!
ഭയമാണെനിക്കവ.

പണിയാമാര്‍ക്കും പ്രഭാ-
വലയം, നോക്കാതേതു
തലയും ചുറ്റി, അതി-
ന്നുടമയാരെന്നാലും.
കവിതാമയങ്ങള്‍ ആ
സങ്കരപ്രത്യക്ഷങ്ങള്‍.

ആചാരപ്രഹസനം
വിലാപയാത്രാഘോഷം
ഓര്‍മ്മയ്ക്കായ് കുടീരങ്ങള്‍

മധുരത്തേന്‍ ചാലിച്ചു-
ള്ളാദരപ്രഘോഷങ്ങള്‍
മറയ്ക്കും മായംചേര്‍ക്കും
ലെനിനില്‍, ശരിക്കുള്ള
ലെനിന്റെ ലളിതത്തില്‍.
ലെനിന്റെ, മനുഷ്യനെ-
ന്നുറക്കെ വിളിച്ചോതും
ലെനിന്റെ വിശാലമാ-
യുയര്‍ന്ന നെറ്റിത്തടം
ദ്യുതിയാല്‍ മറയ്ക്കയോ?
ഞാനത് വെറുക്കുന്നു.

കണ്ണിന്റെ കണ്ണെന്നു ഞാ-
നെണ്ണുന്ന പൊരുളിനെ,
ലെനിനെ, പുറംമോടി
വാഴ്ത്തി പിന്നെയും വാഴ്ത്തി
അതിന്റെ നെറി, നേരും
കപടമെന്നാക്കിയാല്‍
കളങ്കപ്പെടുത്തിയാല്‍
പൊറുക്കാനാവില്ലെനി-
യ്ക്കവരോടൊരിക്കലും
കലിപ്പില്‍ വിറയ്ക്കും ഞാന്‍.

അനുശാസനം ഇതു
കര്‍ത്തവ്യം നേരിട്ടെനി-
ക്കേല്പിക്കും ചുമതല
'എഴുതൂ!' ഏല്ക്കുന്നു ഞാന്‍
ഹൃദയം എനിക്കുള്ള
സമ്മതിയരുളുന്നു.

***

ഉറഞ്ഞു മഞ്ഞായ് മോസ്കോ
എങ്കിലും ഭൂകമ്പമായ്
കദനമിരമ്പുന്നു
ഇരയെ ശൈത്യം ആളും-
തീയിലേക്കെറിയലേ
സഹജം സ്വാഭാവികം.

ആരാണെങ്ങുനിന്നീയാള്‍?
എന്തിന്നീ കോലാഹലം?

## 22 വ്ളാദിമിർ ഇല്യിച് ലെനിൻ

*വ്ളാദിമിർ മയ്ക്കോവ്സ്കി*

ഇത്രയ്ക്കാചരിക്കാനായ്
അത്രയ്ക്കീ മൃതിയെന്ത്?

ഓർമ്മതൻ ഭണ്ഡാഗാരം
തുറന്നു വാക്കിൻകൂട്ടം
നിരത്താനാളല്ല ഞാൻ
എഴുത്താളെനിക്കൊപ്പം-
വായിക്കും നിങ്ങൾക്കാർക്കും
തെല്ലുമേ നന്നല്ലത്.

എങ്കിലും തുച്ഛം വാക്കിൻ
സഞ്ചയം നിഘണ്ടുവിൽ.
എങ്ങനെ കണ്ടെത്തേണ്ടൂ
വേണ്ടുന്ന പദങ്ങൾ ഞാൻ!

നാളുകളേഴാണല്ലോ
നമുക്ക് ചെലവാക്കാൻ
കാര്യങ്ങൾ പലതിന്നായ്-
പ്പന്ത്രണ്ടുമണിക്കൂറും
തുടങ്ങലൊടുങ്ങലും
നിയതിക്കൊരേപോലെ
നീക്കുപോക്കില്ലാമൃത്യു
കാക്കില്ല മറ്റൊന്നിനും.
നഷ്ടചിന്തകൾ വെറും
മണിക്കൂറുകൾ, തീർന്നൂ,
ദുഃഖങ്ങൾ ചിലതൊക്കെ
നീണ്ടേക്കാം, 'കലണ്ടറിൻ
കള്ളികൾ ശൂന്യം, കഷ്ടം!
അക്കാലം കഴിഞ്ഞുപോയ്
ആ യുഗം കടന്നേ പോയ്'
എന്നും നാം പറഞ്ഞേക്കാം.

ഉറങ്ങിത്തീർക്കും രാത്രി
പകലോ? തിരക്കാണ്!
അലസാലക്ഷ്യം നമ്മൾ
ധൂർത്തിൽ ജീവിതം പോക്കും.

അലയേറ്റത്തെപ്പോലും
അന്യനായ് മെരുക്കുന്നോൻ
അവനാണസാമാന്യൻ

ദീർഘദർശിയാണവൻ
അവനെക്കാണും നമ്മൾ
അത്ഭുതംകൂറും പിന്നെ
അതിമാനുഷൻ, ജ്ഞാനി,
സിദ്ധനെന്നാക്കിത്തീർക്കും.

നമുക്കു വേണ്ടായേറെ
ഒരിഞ്ചു മാറില്ല നാം
ഏറിയാൽ സ്വഭാര്യയെ
തിരിച്ചും സ്നേഹിച്ചേക്കാം.

വാക്കിൽ, നോക്കിലും കണ്ടാൽ
വ്യത്യസ്തൻ സ്ഥിതപ്രജ്ഞൻ
നമ്മെപ്പോലല്ലാത്തൊരാൾ
നമുക്കു മുന്നിൽ വന്നാൽ
സൃഷ്ടിക്കും പരിവേഷം
ചേർക്കും നൽപകിട്ടുകൾ
മൂർത്തിയെന്നും കല്പിക്കും
പൂജിക്കും പ്രതിഷ്ഠിക്കും.
പിന്നെയും കൂട്ടിച്ചേർക്കും
തൊങ്ങൽ, പൊടിപ്പും, കുറെ
പുകഴ്ത്തും, പുകപോലെ-
പ്പൊങ്ങിപ്പോം വാക്കൊക്കെയും
ഉള്ളിൽ കരുവില്ലാത്ത
മുട്ടതൻ തോടാണവ
ചുരണ്ടിനോക്കാം അർത്ഥം
തിരിയാൻ അതുപോരു-
മറിയാനദ്ദേഹത്തെ
അതേ മാനദണ്ഡവും.

ദിവ്യനായിരുന്നില്ല
രാജകീയനുമല്ല
അത്രയുമകൃത്രിമം
അത്രയുമനാർഭാടം
അത്രയുമാനായാസ-
മായുഗം കവാടങ്ങൾ
ഇളക്കിമാറ്റാതെയും
ഉടുപ്പിൻ ശരാശരി
വലുപ്പം കൂട്ടാതെയും
കടന്നു നമുക്കുള്ളിൽ

ദിവ്യനെപ്പോലെ, രാജ
വംശജൻപോലെങ്ങാനും
ലെനിനെക്കരുതണോ?
ഇല്ലെനിക്കൊരിക്കലും
പൊറുക്കാനാവില്ലത്
ചുരമാന്തുമെന്നുള്ളം
അണികൾക്കിടയിലേ-
യ്ക്കിടിച്ചുകേറാൻ പിന്നെ
തെരുവിൽ തിരക്കുന്ന
പ്രസംഗനാട്യങ്ങളെ
വിലാപഘോഷങ്ങളെ
ഉള്ളിലെന്നലമുറ
അടങ്ങുംമുന്നേ ദൈവ
പ്പുലയാട്ടുകൾ വിളി-
ച്ചലറിക്കൂവി രാജി
യാവശ്യപ്പെടാൻ, 'ക്രെംലിൻ'
ബോംബിട്ടു തകർക്കുവാൻ

ശാന്തനായിരിപ്പുണ്ട്
[1]ഡറിൻസ്കിതൻ കല്ലറ-
യ്ക്കരികിൽ നിശ്ശബ്ദനായ്
കാവലേതുമില്ലാതെ

ദൈവീക ജനിതകം
തുടർന്നും തുടരുവോർ-
ക്കറിയാനാവാത്തതാം
നേരിന്റെ നേരാം നോവിൽ,
ലക്ഷോപലക്ഷം കണ്ണിൽ
ഒലിയ്ക്കാതുറയുന്നു-
ണ്ടശ്രുനീർ, ഒരുവേള
ഏതു ദിവ്യനും ഏതു
രാജകീയനും സ്വപ്നം
കാണുവാൻ കിട്ടാത്തവ

നമ്മളിന്നടക്കുന്നു
മണ്ണിനോടൊപ്പം നിന്നു-

1. ഫെലിക്സ് എഡ്മണ്ടോവിച്ച്ഡെറിൻസ്കി. Iron Felix എന്നറിയപ്പെട്ട പോളിഷ്, ബോൾഷെവിക് വിപ്ലവകാരിയും. ആഭ്യന്തരകാര്യ പീപ്പിൾ കമ്മീഷണർ ആയിരുന്നു

ള്ളൊന്നിനെമറ്റാരെക്കാൾ
മന്നിലേതിനെ, സത്യം!
പിറവിപ്പന്നിക്കുണ്ടിൽ
ജീവിതംകഴിച്ചാലും
പുറമേ നോക്കാൻ മടി-
ച്ചലസം സ്വന്തം ജന്മം
മുഴുവൻപാഴായ് പോക്കും
അടിമയായിട്ടല്ല
മണ്ണിതിൽ നടന്നോനായ്
അടിമണ്ണുറച്ചോനായ്.

അദ്ദേഹമീ മന്നിനെ
ഒന്നാകെയൊന്നായ്ക്കണ്ടു
കേവലം നമ്മൾ കണ്ണാൽ
കണ്ടിടാത്തപോൽ കണ്ടു
സൂക്ഷ്മങ്ങൾ ചിലതൊക്കെ
കാണ്കെയാ നെറ്റിത്തടം
പ്രാസാദംപോലെ മേലോ
ട്ടുയർന്നു, ചിന്തിയ്ക്കവേ
ആഴത്തിൽ തിളങ്ങുമ-
ക്കൺചുറ്റും ചുളി ചേർന്നു.
വ്യംഗ്യത്തിൽ പറഞ്ഞാലോ
നമ്മൾക്കുള്ള ധരംപോൽ
ചുണ്ടുകൾ ദൃഢംചേർന്നു
തേരിന്റെ പാച്ചിൽപ്പോക്കിൽ
കടിഞ്ഞാൺ മുറുക്കുന്ന
ക്രൂരമായ് ഞെരിക്കുന്ന
മർദ്ദക പ്രമുഖന്റെ
ദാർഢ്യമല്ലത്, ആർക്കും
നന്മ, ശാന്തിയുംനേരും
കരളിന്നുറപ്പല്ലോ.

സ്നേഹിതർക്കെല്ലാം ലെനിൻ
സ്നേഹത്തിൻ മഹാകരം
വൈരിയെന്നൊരാൾ നേർക്കെ
കഠിനം ഉരുക്കത്.

ലെനിന്നുമാരേയും പോൽ
വെല്ലണം രോഗങ്ങളെ

ദൗർബല്യങ്ങളെ പിന്നെ,
വായന, വിനോദങ്ങൾ
ദൃഷ്ടികൂർമ്മതയ്ക്കായി-
ട്ടെനിക്കുബില്യാർഡെങ്കിൽ
ലെനിനോ ചതുരംഗം
നേതാവിന്നൊക്കും കേളി!

ചതുരംഗത്തിൻ പോരും
കഴിഞ്ഞു വാഴ്വിൻ നേരാം
സമരം, നയിക്കാനായ്
ഇറങ്ങുന്നിതാ ലെനിൻ
കരുവായിവിടിപ്പോൾ
മനുഷ്യർ, സചേതനർ
ഇന്നലെക്കാലാളുകൾ,
ജഡതുല്യന്മാർ ഇന്നോ
സമരഭടർ നേതാ-
വവർക്ക് ലെനിനല്ലോ
തുടർന്നൂ രണം വർഗ്ഗ-
സമരം, മേലാളിത്ത
ഹുങ്കുകൾ പണിഞ്ഞതാം
മാളികത്തുറുങ്കുകൾ
തകരുംവരെ, അവർ
അടിയറവോതുംവരെ.

നമുക്ക,ദ്ദേഹത്തിന്നും
താലോലിക്കുവാനൊരേ
യാദർശം, സ്വപ്നം. ലെനിൻ
മൃതിയെ തോല്പിച്ചെത്താൻ
വെടിയാം സ്വജീവൻ ഞാൻ
സഹർഷം, ഞാൻ മാത്രമോ!
അനേകരുണ്ടീ രാജ്യം
മുഴുവൻ, അവർ മില്ലിൽ
ഖനിയിൽ മണ്ണിൽ ചോര
നീരാക്കി മടയ്ക്കുവോർ
അനേകലക്ഷം. അവർ
ലെനിന്നായ് ജീവൻതന്നെ
പകരം കൊടുക്കുവോർ
ഒരുചുണ്ടനക്കത്തിൽ
ആർത്തലച്ചെത്തുന്നവർ.
അവർക്കും മേലല്ല ഞാൻ.

ട്രാമുകളോടും പാളം
വിട്ടുഞാന്‍ സ്വല്പംമാറി
നടപ്പൂ മനഃപൂര്‍വ്വം
ദുഃഖത്താല്‍ നിലവിട്ടും
മദ്യപിച്ചപോല്‍ വേച്ചും.
ആര്‍ക്കുവേണമീയെച്ചില്‍
ആരുകാണുവാന്‍ക്ഷുദ്ര-
മെന്‍മൃതി? ചുറ്റും മഹാ-
മരണം തീര്‍ക്കും ശോകം
ഇരമ്പി നില്ക്കേ കണ്ണീര്‍
ചില്ലുമഞ്ഞായിക്കണ്ണില്‍
പെയ്യാതെ പെയ്തേ നില്ക്കെ.

മുഴുവന്‍ റഷ്യാനാടും
ഒഴുകിച്ചേരുംപോലെ
കൊടികള്‍ കൈയേന്തിയ
ല്ലാതെയും വന്നെത്തുന്നൂ
അണിയായണിയായി-
ട്ടനുയായികള്‍ സര്‍വ്വം
പ്രിയമാര്‍ന്നൊരാ ദേഹം
ശയിക്കും[2]സഭാഗൃഹം
ശരിയാമിടം സ്വന്തം
പദപാതത്താല്‍പ്പോലും
വിറച്ചും വേച്ചും തിങ്ങും
നാടോടി റഷ്യയ്ക്കായി!

എന്തുകാരണം? ഹിമം
ചുവന്ന പതാകതന്‍
കണ്ണുനീര്‍പോലെ തോന്നാന്‍
എന്തുകാരണം ടെലി-
ഗ്രാഫിന്റെ ശബ്ദക്രമം
ഇടറിത്തേങ്ങിപ്പൊട്ടും
മര്‍മരമെന്നും തോന്നാന്‍
ആരിയാള്‍? എങ്ങുന്നീയാള്‍
ഇത്രയും മഹത്തായ-
തെന്താവാമീയാള്‍ ചെയ്തു?!

2. മോസ്കോയില്‍ മൃതദേഹം അന്ത്യദര്‍ശനത്തിനുവെച്ച കെട്ടിടം 'House of Unions'

ഈയാൾ? ഈ ലെനിൻ? അതേ
അത്രയ്ക്കും മർത്യൻ അല്ല
മർത്യരിലേറ്റം മർത്യൻ.

****

ദേശദേശാന്തരങ്ങളിൽ
വർഗ്ഗവർഗ്ഗാന്തരങ്ങളിൽ
പരിചിതം[3] ല്യാനോവിന്റെ
ചരിത്രം, ഹ്രസ്വവാഴ്‌വത്.

ലെനിന്റെ എൻ സഖാവിന്റെ
കഥയോ, ദീർഘമാണത്
ഇനിയും എഴുതേണ്ടത്,
എന്നെന്നും പഠിക്കേണ്ടത്
പിന്നെയും തിരുത്തേണ്ടത്

***

എത്രയോ മുൻപായിരുന്നു,
രണ്ടുനൂറ്റാണ്ടുകൾ മുൻപ്
ലെനിന്റെ കഥയാരംഭം.

കാതോർത്തു നോക്കു കേൾക്കൂ
നൂറ്റാണ്ടുകൾ തുളച്ചെത്തും
ധിക്കാരക്കൂർമ്പനൊച്ചകൾ!

മുതുമുത്തച്ഛന്മാരുടെ,
[4]ബ്രോംലെയുടെഗുഴ്ഷോന്റെയും
ആവിവണ്ടിയതാദ്യത്തെ.

അന്നേതോ കിരീടമണിയാ
ത്തിരുമേനി പ്രഖ്യാപിച്ചു
മാടമ്പിത്തം കഴിഞ്ഞെന്ന്.

കൊള്ളയും പിടിച്ചുപറിയും.

---

3. അലക്സാണ്ടർ ഇല്യിച്ച്ല്യാനോവ്. ലെനിന്റെ മൂത്ത സഹോദരൻ. റഷ്യൻ വിപ്ലവകാരി.
4. ബ്രോംലെയുംഗുഴ്ഷോനും പഴയ റഷ്യയിലെ വിദേശ ഉടമസ്ഥതയിലുള്ള എഞ്ചിനീയറിങ് സ്ഥാപനം. വിപ്ലവത്തിന് ശേഷം ദേശസാൽക്കരിക്കപ്പെട്ടു.

നഗരം സ്വർണ്ണമൊക്കെയും
തള്ളി ബാങ്കിന്റെ പള്ളയിൽ

അവരുമൈക്യം പാലിച്ചു
പണിത്തട്ടിൻ കൂനിനിന്ന
പണിയാളർ, മെലിഞ്ഞവർ.

മേലാകാശം തൊടും മട്ടിൽ
പുകക്കുഴൽ പണിഞ്ഞവർ
ഉയർത്തീ പിന്നെ ഭീഷണി.

'വീഥി ഞങ്ങൾക്കൊരുക്കുക
ഭാഗ്യത്തിലേക്കു ചേരുവാൻ
ചേർത്തിറുകെപ്പിടിക്കുക'

എങ്കിലും നിങ്ങളോർക്കുക
ഉണ്ടൊരാൾ, എത്തുമിങ്ങവൻ
അവനോ, ഏറെയുന്നതൻ

മനുഷ്യനായിപ്പിറന്നവൻ
പകരംവീട്ടാൻ വരുന്നവൻ
വീരൻ, യോദ്ധാവുമാണവൻ.

കുഴച്ചുമറിക്കുന്നുണ്ട്
മേഘക്കൂട്ടങ്ങളെ മേലെ-
പ്പൊങ്ങിച്ചെന്ന കരിംപുക.

സൈനീകക്രമവ്യൂഹത്തെ
കേവലമാൾത്തിരക്കാക്കും
കലാപകാരികൾപോലെ

കൈയേറീ പുക മേഘത്തെ
മാനത്താകെ കുഴപ്പമായ്
കൊടുങ്കാറ്റിന്റെ ലക്ഷണം.

തെണ്ടികൾക്കിടയിൽ പൊന്തീ
ചരക്കിൽ തീർത്ത വൻമല
തിരക്കായീ ബഹളമായ്

കഷണ്ടിജന്തു മാനേജർ

അബാക്കസ്സു ചുഴറ്റുന്നു
'കുഴപ്പ'മെന്നു കൂവുന്നു

ബുദ്ധികെട്ടവനപ്പൊഴേ
'ബഹിഷ്കരിച്ചിരിക്കുന്നു'
എന്ന ലിസ്റ്റങ്ങു തൂക്കുന്നു

ചവർതള്ളും വീപ്പയ്ക്കുള്ളിൽ
അപ്പങ്ങൾക്കു ശവക്കുഴി
ഈച്ചയാർത്തൂ സമസ്തവും

ധാന്യക്കലവറയ്ക്കുള്ളിൽ
കുമിഞ്ഞൂ ധാന്യമപ്പടി
പൂപ്പലിന്നു സുഭിക്ഷത

[5]യെൽസേവിന്റെ ജനൽവെളി.
ചേരിയിൽ ചെറ്റയിൽനിന്നും
വന്നെത്തി വയറൊട്ടിയോർ

വിശക്കുന്ന കുഞ്ഞിൻ തേങ്ങൽ
കടന്നുച്ചം വിളിക്കുന്നു
ഗതിയില്ലാപ്പരിഷകൾ

'നിന്നെ നോക്കിയിരിക്കുന്നു
ഒന്നായ് നമ്മൾതുടങ്ങുകീ-
സംഗരം, രക്ഷകാ വരു

നീ നയിക്കുമിടത്തെല്ലാം
നിന്റെ പിന്നാലെയേതിനും
നീയുപേക്ഷിക്കിലങ്ങനെ'

***

ഹോയ് ഒട്ടകമേ,
കോളനി കണ്ടെത്തുന്നോനേ,
ഓഹോയ് ഉരുക്കുപള്ളക്കപ്പൽ
കാരവനുകളെ നാം
കിഴക്കുനോക്കിപ്പോകും

---

5. തീറ്റിപ്പണ്ടങ്ങളുടെ മൊത്തവ്യാപാരി. പ്രധാന റഷ്യൻ നഗരങ്ങളിലെല്ലാം കടകൾ.

കടലല പിളര്‍ന്നു ചെല്ലേണം
അണിയായണിയായ് നീങ്ങുക
മരുവില്‍, അസ്തമിക്കാറായ്.

വെയില്‍ ചുംബിക്കും പച്ചകളില്‍
മരുഭൂവിന്‍ മാനത്ത്,
കറുകറെ ദുശ്ശകുനംപോല്‍
ചിലചില നിഴലുകള്‍ ചേരുന്നു.

ചാട്ടവാറടിയേറ്റൊരു നീഗ്രോ
ചോളവയലുകളില്‍,
വാഴത്തോപ്പില്‍ തന്നോടായൊരു
പാട്ടുമൂളുന്നു
'ഓനൈലേനൈലേഎന്‍നൈലേ'
മന്ത്രംകേള്‍പ്പീലേ?

'ചിതറിച്ചെറിയൂ പകലിനെയൊരു
ചീങ്കണ്ണിയെപ്പോലെ.
എന്റെ രക്തംപോലേചോന്നു
തിളങ്ങും തീയാലേ
വറുക്കുവാനും പൊരിക്കുവാനും
പൊട്ടിപ്പിളരാനും
കറുത്തവന്നും വെളുത്തവന്നും
കത്തലടക്കാനും
രാത്രിയെന്നെക്കാളുമിരുണ്ടതു
കറുത്തു വളരട്ടെ.

ഓരോവെള്ളക്കൊമ്പനുമവരെ
ക്കുത്തിമറിക്കുന്നു
ഉദയംതൊട്ടസ്തമയംവരെയവര്‍
എല്ലു നുറുക്കുന്നു
എന്റെ രക്തം ഞാന്‍ ചിന്തുന്നതു
പാഴിലാക്കല്ലേ
വെറുതേ കളയാനല്ലത് വരുമൊരു
തലമുറ പിന്നാലെ

സൂര്യമുഖനാം രക്ഷക! നീയി-
ങ്ങവതരിച്ചാലും,
ഇവിടെ ന്യായം പുലരാന്‍ ഞങ്ങളെ
നയിച്ചുകൊണ്ടാലും!

മരണദേവതയെയൊരുവന്നായും
കാത്തുനില്ക്കില്ല
എന്റെ കാലം ഞാനുംതീർത്തു
ഞാനെൻവഴിനില്പൂ
മുടിഞ്ഞവാഴ്‌വിതുബലി നല്കുന്നു
യാത്ര പറയുന്നു
എന്റെ മന്ത്രം ക്ഷുദ്രംകേൾക്കുക
എന്റെ നൈലേ നീ'

അവന്റെ പാട്ടിൻ ശീലിനൊപ്പം
തേങ്ങിത്തിരിയുന്നു
യന്ത്രംപോലെ വിയർപ്പൊഴുക്കും
മില്ലുകൾ അങ്ങോളം
മഞ്ഞതിരിട്ടൊരുറഷ്യമുതൽ
പൊള്ളും പാറ്റഗണിയവരെ.
അവന്റെ പാട്ടുകളുയരുമ്പോൾ
നടുങ്ങിനില്പുണ്ടിഷ്ടികഭീമൻ
യന്ത്രത്തറികളിവാനോവിൽ[6]

പഞ്ഞികടഞ്ഞും നെയ്തും
മൂളും പരുത്തിമില്ലുകളേ
അവൻ വരേണ്ടും സമയമടുത്തു
അടുത്ത 'സ്റ്റെപാൻരാസിൻ'[7]

***

പട്ടാളപ്പൊലീസെന്ത്?
കുഞ്ഞുങ്ങൾ ചോദിക്കുന്നു.
എന്തച്ഛാ മുതലാളിത്തം?
എന്നൊരുനാൾ അവരുടെ മക്കൾ
അവരോടും ചോദിക്കും.

ഇതാ ഇവിടെ.
മുതലാളിത്തം,
അവൻ വെളിപ്പെട്ട കണക്കിൽ
അവന്റെ മുഴുരൂപത്തിൽ

---

6. Ivanovo-Voznesenk ടെക്സ്റ്റൈൽ കേന്ദ്രം. ആൾക്കൂട്ടസമരങ്ങളും കലാപങ്ങളുംകൊണ്ട് ഒരുകാലത്ത് മുഖരിതമായിരുന്നു ഈ ഇടം.
7. Stepan Razin 17-ാം നൂറ്റാണ്ടിലെ കാർഷിക വിപ്ലവനേതാവ്.

ഞാൻ വരച്ചിടുന്നു,
എന്റെ ചെറുമക്കൾക്കുവേണ്ടി.

തുടക്കത്തിലവൻ
അത്രയ്ക്ക് മോശമല്ലായിരുന്നു.
ചെറിയൊരു കച്ചവടമനസ്സ്
അത്രതന്നെ.

കഴുത്തിനെച്ചുറ്റിയ
തൂവെള്ളത്തൂവാലയിൽ
പൊടിപുരളുമെന്നും
വെള്ളക്കുപ്പായം
മഞ്ഞിച്ചുപോവുമെന്നും
അറച്ചുമാറാതെ
തീയാളുംപോലെ
പണിചെയ്തവൻ.

ഇന്നത്തെ ഈ നമ്മെളെക്കാൾ
അത്രയ്ക്ക്
ഏറിയതൊന്നുമല്ലായിരുന്നു
അവന്റെ അനുഭവങ്ങൾ.
എങ്കിലും
നമ്മുടെ ചെറുക്കനു
ജന്മിത്തകാർക്കശ്യങ്ങൾ
കഠിനമെന്നായി.

അവൻ വിപ്ലവങ്ങൾ സംഘടിപ്പിച്ചു.
ആവേശത്തോടെ
മാർസലൈസ് പാടാൻ കൂടി.
മുനകൂർത്ത ബുദ്ധി ഉപയോഗിച്ച്
യന്ത്രങ്ങൾ പടച്ചു.
അവയെ സേവിക്കാൻ
ദശലക്ഷക്കണക്കിൽ
പുതുസേവകരെ,
അടിമക്കുഞ്ഞുങ്ങളെ
വളർത്തി..

ലോകത്ത് അവർ പെരുകി.
പ്രവിശ്യകൾ, രാജ്യങ്ങൾ
ഒന്നടങ്കം

രാജചിഹ്നങ്ങളും, കിരീടങ്ങളും
അലങ്കാരങ്ങളുമടക്കം
വിഴുങ്ങി.
ബൈബിൾക്കഥയിലെ
പശുക്കളെപ്പോലെ
തടിച്ചുകൊഴുത്തു.
ജനസഭയാകട്ടെ
അവനെറിഞ്ഞ
ഇറച്ചിത്തുണ്ടും
നക്കിനുണച്ച്
കാലംപോകെ ദുർബ്ബലപ്പെട്ടു.

അവന്റെ കണങ്കാൽ ഉരുക്കായി.
വിശ്രമവും വിനോദവുമാണ്
അവൻ വീർത്തു.
അവന്റെ പ്രിയപ്പെട്ട
കണക്കുപുസ്തകംപോലെ
ദശപ്പററും കനവുംവെച്ചു.

പുതിയ രാജഹർമ്യങ്ങൾ
അവൻ പണിയിച്ചു.
മുൻപ് കാണാത്തവ.
ചിത്രകാരന്മാർ, കലാകാരന്മാർ
കൂട്ടംകൂട്ടമായി അവരെത്തി.
തറകൾ, എടുപ്പുകൾ
റക്കോക്കോ മേൽമച്ചുകൾ
ചുമരുകൾ.

ലൂയി പതിന്നാലാമൻ.
പതിനാലാം നമ്പർകാരൻ.
അവനുചേരും മുഖംതാങ്ങുവോർ,
അവനരികെ ഇടം തേടുവോർ,
ചന്തിമോന്തക്കാരായ
സമാധാനപാലകരും
അവനെ പൊതിഞ്ഞുപറ്റി.

അവന്റെ ആത്മാവോ?
നിറങ്ങൾ കാണാതെ
സംഗീതമാധുരിയറിയാതെ

പൂവാടി പശുവിനു
പുല്‍മൈതാനം
എന്നപോലെ.

നീതി സൗന്ദര്യശാസ്ത്രങ്ങള്‍
അവനു വീട്ടുപകരണങ്ങള്‍
മടുപ്പന്‍ ഇടവേളകളില്‍
കൈഞൊടിയുടെ വരുതിയില്‍
സ്വര്‍ഗ്ഗനരകങ്ങള്‍.

ഉള്‍ബലമില്ലാത്ത
വയസ്സികള്‍ക്ക്
കുരിശിലെ ആണിപ്പഴുതുകളും
സ്വര്‍ഗ്ഗാരോഹണത്തിനുള്ള ഗോവണിയും
പരിശുദ്ധാത്മാവിന്റെ വാല്‍ത്തൂവലുകളും
അവന്‍ വിറ്റു.

എന്നാല്‍ ഒടുവില്‍
അവന്‍, അവനിലുമേറെ വളര്‍ന്നു
അന്യന്റെ
ചോരയിലും വിയര്‍പ്പിലും
ചീര്‍ത്തു കൊഴുത്തു

അമിതപാനവും അല്പനിദ്രയും
കുമിച്ചുകൂട്ടിയ ധനവും
അവനെ അലസനാക്കി.
ദുര്‍ബ്ബലനാക്കി.
ഒരാള്‍ക്കും കവച്ചുപോകാനാവാതെ
ചരിത്രത്തിന്റെ നടവഴിയില്‍
ദുര്‍മേദസ്സടിഞ്ഞ ആ ഉടല്‍
മലര്‍ന്നു.
തന്റെ സുഖശയ്യയില്‍.
അത്രമേല്‍ സുരക്ഷയില്‍,
അത്രമേല്‍ ലാഘവത്തില്‍
അവന്‍ ശയിച്ചു.

അങ്ങേപ്പുറം ചെല്ലാന്‍
ഒരേ ഒരു വഴി

ഒറ്റവഴിമാത്രം
അവനെ തകർക്കുക.

*****

എനിക്കറിയാം
നിങ്ങടെ നിരൂപകർ
ചാട്ടവാറെടുക്കുമെന്ന്.
നിങ്ങടെ കവിക്കൂട്ടം
ഉന്മാദികളാവുമെന്ന്.
ഇതാണോ കവിത?
എവിടെയാണിതിൽ കവിത?
ഇതുവെറും പൊങ്ങച്ചമല്ലേ?
ഇതിൽ ഭാവമുണ്ടോ?
ശുദ്ധവാചാടോപം.

ശരിയാണ്
'മുതലാളിത്തം' എന്നതിന്
ഉറപ്പായും
ഗാംഭീര്യംപോര.
'രാപ്പാടി' എന്നായാൽ?
നോക്കു,
എന്തുമസൃണത!
എന്തുമാധുര്യം!
എന്നാലും ഞാൻ തിരിച്ച്
അതിലേക്ക് തന്നെ പോവും
ഏറ്റവും ഉചിതമായതിലേക്ക്.
ഇപ്പോൾ
ഈ സമയം
അവശ്യപ്പെടുന്നതിലേക്ക്.

വാഗ്ഖണ്ഡങ്ങൾ
മുദ്രാവാക്യങ്ങളായി
മുഴങ്ങേണ്ടിയിരിക്കുന്നു.
നിങ്ങൾക്കറിയാം
എനിക്കൊട്ടും
വിഷയദാരിദ്യമില്ലെന്ന്.
എനിക്കെന്തും വഴങ്ങുമെന്ന്.
എന്നാൽ

പ്രേമാതുരജല്പനങ്ങൾക്കുള്ള
നേരമല്ലിത്.

ആയതുകൊണ്ട് എന്റെ വർഗ്ഗമേ,
നേരായ പോരിന്റെ അണികളേ!
ഇടികുടുക്കത്തിന്റെ മുഴക്കത്തിൽ
എന്റെ കവിത്വംമുഴുവനും
ഇതാ, നിങ്ങൾക്ക്.

'തൊഴിലാളിവർഗ്ഗം.'
കമ്യൂണിസം
ഭീഷണമായിത്തോന്നുന്നവർക്ക്
അതൊരു ലക്ഷണംകെട്ട വാക്കാവാം.
ഞങ്ങൾക്കോ?
ഞങ്ങൾക്ക്
അതൊരു മായിക സംഗീതം
മൃതരെപ്പോലും
ഉയിർപ്പിച്ചുണർത്തുന്ന,
പൊരുതാൻ പ്രാപ്തരാക്കുന്ന ഒന്ന്.

മണിമേടകൾ
വിറച്ചു കൂനിച്ചുരുങ്ങുന്നു.
അടിനിലകളിലെ ആർത്തനാദങ്ങൾ
ഉയർന്നുപൊങ്ങി
മേലുള്ളവയെ
വിറപ്പിക്കുന്നു.
ധാരമുറിയാതെ ഞങ്ങളൊഴുകും.
ഇടുങ്ങിയ
ശിലാപാതാളങ്ങളിൽനിന്നും
സ്വാതന്ത്ര്യത്തിന്റെ
നീലാകാശത്തുറസ്സിലേക്ക്
ചുറുചുറുക്കോടെ
ഞങ്ങൾ കടന്നുകയറും

അവൻവരും.
ഇനിയും പിറക്കാനിരിക്കുന്നവൻ.
തൊഴിലാളിവർഗ്ഗത്തെ
അണിചേർക്കുന്നവൻ.
അടിമുടി

പണിയാളന്റെ പുത്രൻ.
നേതാവ്.

കാണുക.
മുതലാളിത്ത മോഹങ്ങൾക്ക്
ഒട്ടുംചേരാത്തമട്ടിൽ
ലോകം അമ്പേ ചുരുങ്ങിയിരിക്കുന്നു.

അടിവെച്ചിടമെല്ലാം
അവനവന്റേതാക്കിയും
ആയുധമൂർച്ച കാട്ടി
അന്യനെ കൊള്ളയടിച്ചും
ബില്യൻ കണക്കിനു വിലയുള്ള
രത്നങ്ങൾ കൈയിൽവെച്ചും
ലാഭംമാത്രം ലാക്കാക്കി
മുതലാളിത്തം
ചെന്നുപതിക്കുന്നത്
സർവ്വനാശത്തിലേക്ക്.

'കൊല്ല്!'
അവർ ആക്രോശിക്കുന്നു
രണ്ടുപണസഞ്ചികൾ
കൈയിൽവരുന്നു.
പട്ടാളത്തിന്റെ ചുടലപ്പറമ്പുകൾ
ഗ്രാമങ്ങളെയൊന്നാകെ
മായ്ച്ചുനീക്കുന്നു.
പട്ടണമോരൊന്നും
ക്രച്ചസിന്റെ
പണിയാലയായി മാറുന്നു.

എല്ലാം പൂർത്തിയായാൽ
എന്നേക്കും നിറയാത്ത
അവരുടെ മേശയൊരുങ്ങും.
ആർത്തിയോടെ
മുറിച്ചുപങ്കിടുന്ന
കേക്കുകൾ.
അതാണ്
അവർ കൊണ്ടാടുന്ന വിജയം.

ചെവിയോര്‍ക്കുക.
ചാവുകുന്നുകളുടെ
വെന്‍ട്രിലോക്കിയന്‍ വാക്കിന്,
പെറുക്കി
ശുദ്ധമാക്കിയ
അസ്ഥിഖണ്ഡങ്ങളുടെ
കൈമണിക്കിലുക്കിന്,

രക്താഭിഷിക്തമായ
ഈ കൊടുംപാതകത്തിനു
കാലം ഒരിക്കലും
നിങ്ങള്‍ക്ക് മാപ്പുതരില്ല.
നമ്മള്‍ വീണ്ടും കാണും,
പോര്‍മുഖത്ത് തീയാളുമ്പോള്‍,
ഒരുവട്ടംകൂടി.

അവന്‍ വരുന്നുണ്ട്.
ഞങ്ങളുടെ നായകന്‍,
ജ്ഞാനി.
നിങ്ങള്‍ക്കുമേല്‍
യുദ്ധം വിളംബരംചെയ്യാന്‍
എല്ലായുദ്ധങ്ങളും
അങ്ങനെ
എന്നേക്കുമായി ഇല്ലാതാക്കാന്‍.

അത്രയുമേറെ
അത്രയുമാഴത്തില്‍
ചോരച്ചെളിയടിഞ്ഞ
കണ്ണീരിന്റെ തടാകങ്ങള്‍
ഒഴുകിപ്പരന്ന്
ഈ ഭൂഗോളത്തെ മുക്കുന്നുണ്ട്.
ഒടുക്കം
എകാകികളായ ചില ദിവാസ്വപ്നക്കാര്‍
ഒരു ആദര്‍ശലോകസാദ്ധ്യത
സങ്കല്പത്തില്‍ മെനഞ്ഞുണ്ടാക്കുംവരെ
അതുതുടരും.

പക്ഷേ,
മനുഷ്യസ്നേഹികളുടെ

ധിഷണയുടെ ഭാജനം
യാഥാർത്ഥ്യത്തിന്റെ,
വസ്തുതാബോധത്തിന്റെ
വജ്രശിലകളിൽ മുട്ടി
ഉടഞ്ഞുപോയിരിക്കുന്നു.

കൂർമ്മബുദ്ധിയുടെ
കുതിച്ചുചാട്ടങ്ങളാൽ മാത്രം
ശോഭായമാനമാകുന്ന നടപ്പാതകൾ
വേദനിക്കുന്ന ജനലക്ഷങ്ങൾക്ക്
പൊതുവഴിയാവുന്നതെങ്ങനെ?

ഇന്ന്
മുതലാളിത്തമെന്ന
ഈ മടയൻകള്ളനും
അതിനെ മെരുക്കാനാവുന്നില്ല.
അതിനാലവൻ
തന്റെ യന്ത്രപ്പൽച്ചക്രത്തിന്റെ
വന്യവേഗങ്ങൾ
വീണ്ടും വർദ്ധിപ്പിക്കുന്നു.

പണിമുടക്കങ്ങളും പ്രതിസന്ധികളും ചൂഴ്ന്ന
സാധാരണ ജീവിതത്തിന്റെ
ഉയർച്ചതാഴ്ചകൾക്കുമേൽ പാറുന്ന
മഞ്ഞിച്ചൊരുപഴുത്തിലപോലെ
മുതലാളിത്തവ്യവസ്ഥ
പിന്നെയും തുടരുന്നു.
ഇതിന്റെയൊക്കെ അർത്ഥമെന്ത്?
ഈ പൊന്നുതീനി സർക്കസിന്റെ?

ആരെപ്പഴിക്കണം?
ആർക്കൊപ്പം നില്ക്കണം?
അതറിയാനായി
ലക്ഷം തലയുള്ള
ലക്ഷംലക്ഷം കൈകളുള്ള
തൊഴിലാളിവർഗ്ഗം
തല പുണ്ണാക്കുന്നു.

***

മുതലാളിത്തത്തിന്റെ ദിനങ്ങൾക്ക്
മിനുസം കുറയാൻ തുടങ്ങുകയായിരുന്നു
സെർച്ച് ലൈറ്റിന്റെ
ഉജ്ജ്വലപ്രഭയിലെന്നപോലെ
അതിന്റെ എല്ലാ വെട്ടങ്ങൾക്കും
ശോഭ മങ്ങിത്തുടങ്ങുകയായിരുന്നു
കാലം'കാൾ'എന്നപേരുകാരന്
പിറവികൊടുക്കുംവരെ.
ലെനിന്റെ ജ്യേഷ്ഠൻ മാർക്സിന്
അതേ,
മാർക്സ്!
അദ്ദേഹത്തിന്റെ ചിത്രത്തിന്റെ
നരച്ച ചട്ടക്കൂടിന്റെ ദാർഢ്യം
നമ്മുടെ മനസ്സുപിടിച്ചെടുക്കും.

എന്നാലും
ധാരണകളും
യാഥാർത്ഥ്യവും തമ്മിൽ
ഏറിയ അന്തരമുണ്ട്
വെണ്ണക്കല്ലിലോ
ചുണ്ണാമ്പുകല്ലിലോ
തടവിലിട്ട
നാം കാണുന്ന
മാർക്സ്
കലഹങ്ങളുടെ കാലം
പണ്ടെന്നോ കഴിഞ്ഞുപോയ
ഒരു തണുപ്പൻ വൃദ്ധനത്രേ.

എന്നാൽ
അനിശ്ചിതമെങ്കിലും
ആത്മാർത്ഥമായ
കുഞ്ഞുചുവടുകളുമായി
തങ്ങളുടെ വിപ്ലവപഥത്തിലൂടെ,
തീയാളുന്ന ഒരു
ഭീമൻ ചൂളയിലേക്കെന്നോണം
ആദ്യമായി
തൊഴിലാളിവർഗ്ഗം
മുന്നേറിയപ്പോൾ

എല്ലാ ഫാക്ടറിയിലും
എല്ലാ ഷിഫ്റ്റിലും
താൻതന്നെയാണ്
വേലയിൽ മുഴുകുന്നെന്ന്,
ഓരോ ജോലിയും
ഓരോ ഉപകരണവും
കൈകാര്യംചെയ്തു
തന്റെതന്നെ വിരലുകളാണ്
തഴമ്പിക്കുന്നതെന്നു
താദാത്മ്യപ്പെട്ടത്
തന്റെ മനസ്സും ഹൃദയവും
അതിനായി
സദാ പ്രവർത്തനനിരതമാക്കിയത്
മാർക്സ് ആയിരുന്നു.

മിച്ചമൂല്യത്തിന്റെ ചൂഷകരെ
അദ്ദേഹം
കൈയോടെ
തൊണ്ടിയടക്കം പിടിച്ചു.
അതോടെ
മറ്റുകള്ളന്മാർ
അമ്പരപ്പിലും ഭയത്തിലും
മിഴിതാഴ്ത്തിപ്പിൻവാങ്ങി.

കൊള്ളലാഭക്കാരുടെ
പൊക്കിളിനൊപ്പം പോലും
നിവർന്നുനിന്ന് ചോദ്യംചെയ്യാൻ
മടിച്ചവർക്കിടയിൽനിന്നും
തൊഴിലാളിയെ
അവന്റെ വർഗ്ഗസമരത്തിലേക്കു
നയിക്കാനും
അതിനകം മുറ്റിവളർന്നു
കൊഴുത്തുരുണ്ട്
ഒരു വഴക്കാളിക്കൂറ്റനായി മാറിയ
ആ പൊന്നിൻകാളക്കുട്ടനെ
അറക്കാനുമുള്ള ദൗത്യം
അദ്ദേഹം ഏറ്റെടുത്തു.

ഞങ്ങളുടെ ഈ നരകത്തിൽനിന്നും
കമ്യൂണിസത്തിന്റെ,

അപ്പോഴും
മൂടല്‍മഞ്ഞുപുതച്ച
ഇരുണ്ട പ്രഹേളിക പോലുള്ള
ആ ഉള്‍ക്കടലിലേക്ക്
കമ്യൂണിസത്തിലേക്ക്
ആകസ്മികതയുടെ
അലമാലയിലൂടെ മാത്രമേ
വഴിയുള്ളൂ എന്നു ഞങ്ങള്‍ ധരിച്ചു

മാര്‍ക്സ് ആകട്ടെ
ചരിത്രത്തിന്റെ
അഗാധവും അനിവാര്യവുമായ
നിയമങ്ങള്‍ തുറന്നുകാട്ടി.
തൊഴിലാളിവര്‍ഗ്ഗത്തിന്റെ കൈയില്‍
ചുക്കാന്‍ ഏല്പിച്ചു

മാര്‍ക്സിന്റെ ഗ്രന്ഥങ്ങള്‍
വെറും കടലാസുകളുടെ അടുക്കല്ല
അച്ചടിച്ച വെറും വാക്കുകളല്ല
സ്ഥിതിവിവരക്കണക്കുകളുടെ
വരണ്ട ലിഖിതങ്ങളുമല്ല
അവ
പടര്‍ന്നു കിടക്കുന്ന അനേകം
തൊഴില്‍ നിലകളെ
ക്രമപ്പെടുത്തി
അവിടൊക്കെയും
കരുത്തും വിശ്വാസവും നിറച്ചു
കൃത്യമായി
അവരെ മുന്നോട്ടു നയിച്ചു.
അവരോടുപറഞ്ഞു

'പടയണി ചേരുക!
സിദ്ധാന്തങ്ങള്‍ തെളിയിക്കേണ്ടത്
ഉറപ്പായ പ്രയോഗത്തിലൂടെയാണ്
ഒരു ദിനം.
അവന്‍ എത്തും
പ്രയോഗത്തിന്റെ പ്രതിഭ.
അവന്‍ നിങ്ങളെ

പുസ്തകത്താളിൽനിന്നും
പടക്കളത്തിലേക്കു നയിക്കും'

അവസാനമായി എഴുതുമ്പോൾ
അദ്ദേഹത്തിന്റെ വിരലുകൾ
വിറയാർന്നിരുന്നു.
അവസാനമായി അദ്ദേഹം
ചിന്തിച്ചതെന്തെന്നു
ആ കണ്ണുകളിൽ
മിന്നിതെളിഞ്ഞിരിക്കും
എന്നു ഞാനറിയുന്നു.

അതേ
മോസ്കോയുടെ ആകാശങ്ങളിൽ
പാറിപ്പറക്കുന്ന
ഒരു രക്തപതാകയുടെ
ക്രെംലിൻ ചിത്രം
സ്വന്തം മനക്കണ്ണാൽ
അദ്ദേഹം നിശ്ചയമായും
കണ്ടിരിക്കും.

***

ആണ്ടുകൾ,
മത്തങ്ങപോലെ
വിളഞ്ഞു പാകമാവുന്ന
ആണ്ടുകൾ.

കുട്ടിത്തം വിട്ടു
മെല്ലെമെല്ലെ ഉയരാൻ തുടങ്ങുന്ന
തൊഴിലാളിവർഗ്ഗം.

പണിയാളക്കടലേറ്റങ്ങളുടെ
ഏറുന്ന ബലവേഗങ്ങളിൽ,
മുതലാളിത്തത്തിന്റെ കൊത്തളങ്ങളിൽ
പടരാൻ തുടങ്ങുന്ന
അരക്ഷിതാവസ്ഥ

കുറച്ചേറെ വർഷങ്ങൾ....
ചണ്ഡവാതങ്ങളുടെ

തുള്ളിമഷിപ്പടര്‍ച്ചകള്‍
പതിയെപ്പതിയെ
പ്രചണ്ഡക്കൊടുങ്കാറ്റുകളായി വളര്‍ന്നു.

അടക്കിവെച്ച അമര്‍ഷങ്ങള്‍
കലാപങ്ങളായി.
വിപ്ലവങ്ങള്‍ അവയുടെ
പരിണതഫലമായി.

നെറികെട്ട
ബൂര്‍ഷ്വാസിയുടെ
മൃഗീയവഴികള്‍
അങ്ങേയറ്റം
അകരുണമാണ്.

ചെവിയോര്‍ത്താല്‍
ഇപ്പോഴും ഉയര്‍ന്നുകേള്‍ക്കാം,
പെറി ലാചെയ്സിലെ സെമിത്തേരിയുടെ
ചുറ്റുമതിലുംകടന്ന്
മനുഷ്യത്വം തൊട്ടുതീണ്ടാത്ത
[8]ഥീര്‍മാരും ഗാലിഫേറ്റ്മാരും
ഞെരിച്ചുകളഞ്ഞ
പാരീസില്‍നിന്ന്
കമ്യൂണ്‍കാരുടെ
കൂട്ടവിളികള്‍.
ആവലാതിക്കരച്ചിലുകള്‍.

'സഖാക്കളേ കാണുവിന്‍
കണ്ടു നിങ്ങളറിയുവിന്‍
ഞങ്ങള്‍ക്കേറ്റ വീഴ്ചകള്‍
പാഠമെന്നു നീങ്ങുവിന്‍
ഒറ്റയാന്റെ കാര്യമത്ര
കഷ്ടമെന്നുമോര്‍ക്കുവിന്‍
ശത്രുവിന്നുകയറിടും
സംഘശക്തിയറിയുവിന്‍
ഒത്തുചേര്‍ന്നു നില്ക്കുവിന്‍
ഒറ്റമുഷ്ടിയാകുവിന്‍'

---

8. ഫ്രഞ്ച് പ്രധാനമന്ത്രി Thier Dw General Galliffet ഉം ചേര്‍ന്നാണ് 1871 ല്‍ പാരീസ് കമ്യൂണിനെതിരായ പട്ടാളനീക്കം ആസൂത്രണം ചെയ്തത്.

ഇങ്ങനേയുമാള്‍ വരാം
'ഞങ്ങളാണ് നായകര്‍'
ഇവരെ നിങ്ങള്‍ കരുതുക
വാക്കിനുള്ളു പരതുക
പുള്ളിവീണ ചര്‍മ്മമെന്ന-
തുള്ളുതുളച്ചറിയുക.

നമ്മുടെ നേതാവൊരാള്‍
നമ്മള്‍ക്കായ്പിറന്നൊരാള്‍
ഏതുകാര്യമാകിലും
ചേര്‍ന്നു കൂടെനില്പൊരാള്‍
നീണ്ട പാളമെന്നപോല്‍
നേരെ ചൊവ്വേയുള്ളൊരാള്‍
നേര്‍മ്മയുള്ള റൊട്ടിപോല്‍
സരളഹൃദയമാര്‍ന്നൊരാള്‍
ഒന്നുപോലെ സര്‍വ്വതും
കാണ്മൊരാ, ളവന്‍ വരും.

വര്‍ഗ്ഗങ്ങളുടെയും
വിശ്വാസങ്ങളുടെയും
സങ്കരണങ്ങള്‍
സങ്കലനങ്ങള്‍
നാട്ടുമൊഴികള്‍, വ്യവസ്ഥകള്‍
സ്വന്തസുവര്‍ണ്ണചക്രങ്ങളില്‍
ലോകജീവിതരഥം
ഉരഞ്ഞുംതേങ്ങിയും നീങ്ങി.

മുതലാളിത്തം
അതു
എഴുന്നു നില്ക്കുന്ന
ബയണറ്റുകളുടെ
ഉടല്‍ വൈരുദ്ധ്യങ്ങളോടെ
ഒരു മുള്ളന്‍പന്നിയെപ്പോലെ
ബലത്തുകൊഴുത്തുമിനുത്തു.
കമ്യൂണിസമെന്ന ഭൂതം
മൊത്തം യൂറോപ്പിനേയും
ആവേശിച്ചു.
ഓങ്ങിയും ചിലപ്പോള്‍
പിന്‍വാങ്ങിയും
അലഞ്ഞുതിരിഞ്ഞു.

ഇതൊക്കെക്കൊണ്ടുകൂടിയാണ്
മോസ്കോയിൽനിന്നു
യൂറാൾസിലേക്കുള്ള
പാതിവഴിയിലെ
സിംബ്റിസ്കിൽ
ഒരു സാധാരണ ബാലനായി
ലെനിൻ ജനിക്കുന്നതും.
എനിക്കൊരു തൊഴിലാളിയെ അറിയാം
നിരക്ഷരൻ
അക്ഷരത്തിന്റെ ലവണരുചി
ഒരിക്കലും
നുണഞ്ഞിട്ടില്ലാത്തവൻ
എങ്കിലും അവൻ
ലെനിന്റെ പ്രസംഗം ശ്രദ്ധിച്ചുകേട്ടു
അങ്ങനെ എല്ലാമറിഞ്ഞു.
ഒരു സൈബീരിയൻ കർഷകന്റെ
കഥയോർക്കുന്നു
പിടിച്ചെടുത്തഭൂമിയിൽ
എല്ലുമുറിയെ വേലചെയ്തു
പൊന്നുവിളയിച്ചു
ഭൂമിയെ സ്വർഗ്ഗമാക്കി

അവർ ലെനിനെ കേട്ടിരുന്നില്ല
ഒട്ടും വായിച്ചിരുന്നില്ല
എന്നിട്ടും ലെനിനിസ്റ്റുകാർ
ഏഴിൽനിന്നു എഴുപത്തേഴുവരെയും.
വശങ്ങളിൽ പായൽപോലും കേറാത്ത
മലനിരകളിലേക്കു പോയിട്ടുണ്ട് ഞാൻ
മേഘങ്ങൾമാത്രം തലചായ്ക്കുന്ന
വിളുമ്പുകളുണ്ടവയ്ക്ക്
നൂറുമൈൽ ദൂരത്തിൽ
ജീവനുള്ള ഒരാത്മാവ്,
എങ്ങാനും ഒരു ഇടയൻ,
അതുംകണ്ടാലായി-
ലെനിന്റെ ബാഡ്ജണിഞ്ഞു ജ്വലിക്കുന്നവൻ
ചിലർ പറഞ്ഞേക്കാം
'ഓ അതുമൊട്ടുസൂചിക്കു വേണ്ടിയാ
പെൺപിള്ളേരുടെ ഉടുപ്പാണെങ്കിൽ
കുറേക്കൂടി ചന്തമുണ്ടായേനെ,'
എന്നാൽ

ആ കുപ്പായത്തിലൂടെ
തുളഞ്ഞുകേറി
തൊലിയും കടന്ന്
ഇല്യിച്ചിനോടുള്ള
ആരാധന നിറഞ്ഞു തുളുമ്പുന്ന
അവന്റെ ഹൃദയത്തിലാണതു തറയുക.
പള്ളിക്കാരുടെ
വക്രമായ കൗശലവാക്കുകൾക്ക്
ഇതു വിശദീകരിക്കാൻ
എങ്ങനെയാവും!

അദ്ദേഹത്തെ
രക്ഷകനെന്നു നിയോഗിച്ചത്
ഒരിക്കലും സർവ്വശക്തനായ
ഈശ്വരനായിരുന്നില്ല
പടിപടിയായി
പുസ്തകങ്ങളിലൂടെ
ജീവിതത്തിലൂടെ
ലോകതൊഴിലാളിവർഗ്ഗത്തിന്റെ
അനിഷേദ്ധ്യഗുരുവായി
അദ്ദേഹം വളരുകയായിരുന്നു
****
പറക്കുന്ന വിമാനത്തിലിരുന്നു
താഴെയുള്ള
റഷ്യ കാണുക
ചൂരലടിയിൽ പുളഞ്ഞുപോയ
ഏഴുവാലൻ ചമ്മട്ടിപ്രഹരപ്പാടുകൾ
തെളിഞ്ഞുകിടക്കുന്ന പോലുള്ള
പുഴയൊഴുക്കുകളാൽ
നീലിച്ചവളാണവൾ

അതിലും നീലിച്ച ചിലതും
അവളിൽ നിങ്ങൾക്കു കാണാനാവും
ജന്മിത്തദുഷ്പ്രഭുക്കളുടെ
പീഢനത്തിന്റെ മുറിപ്പാടുകളാണവ
ഇനി
ദുഃഖം തിണർത്തപോലുള്ള
നാടിന്റെ വിശാല ദൂരങ്ങൾ
വശങ്ങളിലൂടെ
കാണുക

കാണുന്നിടത്തെല്ലാം
പർവ്വത ശിഖരങ്ങൾ
കുഴിഞ്ഞ തലയുള്ള
ഖനീമുഖങ്ങൾ
ആകാശത്തേക്കു
തലയുയർത്തി നില്ക്കുന്ന
തുറുങ്കുകെട്ടുകൾ.
ഒപ്പം
ജയിലറയിലേക്കാളും
കിടങ്ങുകളിലെ യുദ്ധങ്ങളേക്കാളും
നരകിക്കുന്ന,
ഗതികേടിൽ മാത്രം പുലരുന്ന,
അടിമജീവിതത്തിന്റെ
ബഞ്ചുകളിൽ
എന്നേക്കുമായി
തറഞ്ഞുപോയ,
മനുഷ്യജീവികളും.

ഞാൻ കേട്ടിട്ടുണ്ട്
ഇതിലും സമ്പന്നമായ നാടുകൾ
ഉണ്ടായിരുന്നെന്ന്.
കൂടുതൽ സുന്ദരമായവ
കൂടുതൽ സ്വാസ്ഥ്യം നിറഞ്ഞവ
പക്ഷേ,
ഇതിലും ദുഃഖഭരിതമായ
ഇതിലും വേദനാപൂർണ്ണമായ
ഒരു നാട്
ഈ ലോകത്തൊരിടത്തും
വേറെ ഉണ്ടാവില്ല.

എന്നാലും വേദനകളും
അവഹേളനങ്ങളും
കാലങ്ങളോളം സഹിക്കേണ്ടവയല്ലല്ലോ

സ്വന്തംമണ്ണ്! സ്വാതന്ത്ര്യം!
അങ്ങിങ്ങായി ചില റെബലുകൾ,
വ്യക്തിഭീകരതയിൽ
മനസ്സൂന്നിയവർ,
വെടിയുണ്ടയും ഡൈനാമിറ്റും

ബോംബുമൊക്കെ
പ്രയോഗിക്കുംവരെ
ആ മുറവിളികൾ
ഉച്ചത്തിലുച്ചത്തിൽ
അലയടിച്ചു.
സാർ ചക്രവർത്തിയെ
ഒരു വെടിയുണ്ടയാൽ
തീർക്കുന്നതൊക്കെ ശരി
പക്ഷേ,
വെടിവെപ്പുകൾ വ്യാപകമായാൽ?

ലെനിന്റെ ചേട്ടൻ അലക്സാണ്ടർ[9]
രാജ്യദ്രോഹത്തിനു ഒരുങ്ങുന്നെന്നു
പിടിക്കപ്പെട്ടു.
ഒരു ചക്രവർത്തി കൊല്ലപ്പെട്ടാൽ
സർവ്വസന്നാഹങ്ങളോടെ
മറ്റൊരു ഭരണഭീകരൻ വരും.
പീഡനമുറകളുടെ
റിക്കാർഡ് തകർക്കും.
അങ്ങനെയാണ്
അലക്സാണ്ടർ ഉല്യാനോവ്
ഷ്ലസൽബർഗ് കോട്ടയിൽ
തൂക്കിലേറ്റപ്പെട്ടത്.
അതേത്തുടർന്ന്
അദ്ദേഹത്തിന്റെ അനുജൻ
പതിനേഴുവയസ്സുമാത്രമുള്ള ആ യുവാവ്
ഒരു ദൃഢപ്രതിജ്ഞചെയ്തു
'ജ്യേഷ്ഠാ,
സത്യത്തിനുവേണ്ടിയുള്ള ഈ യുദ്ധം
ഞങ്ങൾ ഏറ്റെടുക്കുന്നു
ഞങ്ങൾ വിജയിക്കുകതന്നെ ചെയ്യും.
പക്ഷേ, മറ്റൊരുവഴിയിലൂടെ'
***

പതിവുനായകന്മാരെ,
അവരുടെ പ്രതിമകളെ
അവരുടെ മയിൽനാട്യങ്ങളെ കാണുക

9. അലക്സാണ്ടർല്യാനോവ്. സാറിനെ വെടിവെയ്ക്കാനുള്ള ഗൂഢാലോചനയാരോപിച്ചു വധിക്കപ്പെട്ടു.

ഏതൊക്കെയാണ്
എന്തൊക്കെയാണ് എന്നൊക്കെ
ഞാൻ കാണിച്ചുതരാം
അത്തരത്തിലേ ആയിരുന്നില്ല
ലെനിന്റെ ചുവടുവെപ്പുകൾ
ദൃഢമായത്
ഏറ്റവും ഇറക്കവുമില്ലാത്തത്
ഒട്ടും നാടകീയമല്ലാത്തത്
അതായിരുന്നു
തന്റെ ചുമതലകൾ നടപ്പാക്കാൻ
അദ്ദേഹം തെരഞ്ഞെടുത്ത വഴി.

മില്ലുകളിൽനിന്നും
ഖനിയിടങ്ങളിൽ നിന്നുമുള്ള
ആയിരക്കണക്കിന്
പണിയാളർക്കൊപ്പംനിന്നു പൊരുതി
കൂലി കൂട്ടിക്കിട്ടാനായി,
അവരുടെ
ജീവിതനിലവാരം ഉയർത്താനായി,
കൂലിക്കിഴിവുകളും പിഴകളും
ഇല്ലാതാക്കുന്നതിനായി
കങ്കാണിച്ചെകുത്താന്മാരെ
മര്യാദ പഠിപ്പിക്കാനായി ഒക്കെ
അദ്ദേഹം അത്യദ്ധ്വാനംചെയ്തു.
എങ്കിലും
പോരാട്ടം
അത്തരം ചെറിയ കാര്യങ്ങളെമാത്രം
ലക്ഷ്യംവെച്ചായിരുന്നില്ല
ഒരു ചെറിയ ചളിക്കുണ്ട് നികത്തി
വഴിയൊരുക്കി പതുക്കെ നീങ്ങുംപോലെ.
വെച്ചുനീട്ടുന്ന ചില്ലിക്കാശിൽ
തൃപ്തിപ്പെടുന്ന ഒന്നുപോലെ ആയിരുന്നില്ല

ലക്ഷ്യം സോഷ്യലിസമാണ്
ശത്രുവാകട്ടെ മുതലാളിത്തവും
ആയുധം വെറും ചൂലല്ല
തോക്ക്.
പണിചെയ്തു തളർന്ന
ബുദ്ധിമന്ദിച്ച തലകളിലേക്കു

## 52 വ്ളാദിമർ ഇല്യിച് ലെനിൻ

*വ്ളാദിമർ മയ്ക്കോവ്സ്കി*

വീണ്ടും വീണ്ടും വീണ്ടും
ഒരേ കാര്യങ്ങൾതന്നെ
അദ്ദേഹം അടിച്ചേല്പിച്ചു.
ഒടുവിൽ ആ വാക്കുകൾ
തിരിച്ചറിഞ്ഞവർ
പിന്നാലെ വന്നവർക്ക്
അതു പറഞ്ഞു മനസ്സിലാക്കിക്കൊടുത്തു
ഇന്ന് അറിഞ്ഞവർ
നാളെ വരുന്നവർക്കും
അതു പറഞ്ഞുകൊടുക്കും
തുടർന്നും
അതു കൈമാറപ്പെടും
നല്ലൊരുപാഠം എന്നനിലയിൽത്തന്നെ
പ്രചരിക്കും.

ഇന്നലെ ഡസൻകണക്കിന്
ഇന്ന് നൂറുകണക്കിന്
നാളെ ആയിരക്കണക്കിന്
അവർ കർമ്മനിരതരാവുന്നു
പ്രവർത്താനോന്മുഖരാവുന്നു
തൊഴിലാളിവർഗ്ഗം ഒന്നടങ്കം
ആഞ്ഞടിക്കുന്ന പ്രക്ഷോഭങ്ങളിൽ
ഇടിനാദംപോലെ
അവർ ഗർജ്ജിക്കുന്നു
'കുഞ്ഞാടുകൾ കണക്ക്
അധീരരല്ല ഞങ്ങൾ'

അനേകരുടെ രോഷബാഷ്പം
മേഘങ്ങളായി ഘനീഭവിക്കുന്നു
ലെനിന്റെ ലഘുലേഖകൾ
മിന്നൽ വാളുകളായി
അവയിൽ ആഞ്ഞടിക്കുന്നു
ആർത്തലയ്ക്കുന്ന
ജനതതിക്കുമേൽ
അവ വർഷിക്കുന്നു
തൊഴിലാളിവർഗ്ഗം
മതിയാവോളം
ആ വെളിച്ചം
കുടിച്ചു നിറയുന്നു.
സഹസ്രാബ്ദങ്ങളുടെ മ്ലാനത

ഉടഞ്ഞുചിതറുന്നു
അവർ പ്രബുദ്ധരാവുന്നു.
തിരിച്ച് അവരോടൊപ്പം
അവരുടെ ആവേശം ഉൾക്കൊണ്ട്
ലെനിനും വളരുന്നു.

ഈ സംയോഗത്തിന്റെ സമ്പുഷ്ടിയിൽ
ക്രമേണ
ആ നവയുവാവിന്റെ,
വ്ളാദിമിറിന്റെ, പ്രതിജ്ഞ
നിറവേറ്റപ്പെടാനുള്ള
അരങ്ങൊരുങ്ങുകയാണ്
ഒരിക്കലും ഒറ്റയ്ക്കല്ല അയാൾ
ഒരു കൂട്ടം.
'എമാൻസിപ്പേഷൻ[10]'
തൊഴിലാളിവർഗ്ഗത്തിന്റെ
പടയണിയായി.
അങ്ങനെ
കൂടുതൽ ആഴത്തിലും പരപ്പിലും
ലെനിനിസം പടരുകയായി.
ലെനിന്റെ അനുയായിവൃന്ദം
അത്ഭുതങ്ങൾ പ്രവർത്തിക്കുന്നു
അനന്തമായി നീളുന്ന
[11]'വ്ളാദിമിർക' ഹൈവേയിലൂടെ
ഘോരപടർന്ന ചരൽമണ്ണിലും
പൊടിയിലും ചേറിലും
ചുവടൂന്നി അവർ കുതിക്കുന്നു.

ഇന്ന്
നമ്മൾ
ഈ പഴയ ഭൂഗോളം
നമ്മുടെ വഴിക്ക് കറക്കുന്നു
എങ്കിലും
ക്രെംലിനിലെ കസേരയിൽ
വെറുതെ

---

10. Emancipation മാർക്സിസ്റ്റ് പ്രവർത്തകരുടെ ആദ്യ റഷ്യയിലെ ആദ്യസംഘടന. ഭ്രൂണാവസ്ഥയിലെ കമ്യൂണിസ്റ്റ്പാർട്ടി.
11. Vladimirka മോസ്കോയിൽ നിന്നും സൈബീരിയയിലേക്ക് രാഷ്ട്രീയത്തടവുകാരെ കൊണ്ടുപോയിരുന്ന വഴി.

തർക്കിച്ചിരിക്കുമ്പോൾ
ചിലരെങ്കിലും
ആ ദിവസം,
ആക്രന്ദനങ്ങൾകൊണ്ടു മുഖരിതമായ
ചങ്ങലത്തുടരുകളായി
മനുഷ്യർ മാർച്ച് ചെയ്തുനീങ്ങിയ
ആ ദിവസം പെട്ടെന്ന്
ഓർക്കാറുണ്ട്.

ഓർക്കണമത്
അത്രയൊന്നും അകലെയല്ലാത്ത
ആ ഇന്നലെകൾ.
കാഴ്ചകൾക്കപ്പുറമുള്ള
ആ ട്രാമുകൾ, ഡ്രോഷ്കികൾ, കാറുകൾ..
അന്ന്
നിങ്ങൾ ആരായാലും
ഞാനൊന്നു ചോദിക്കട്ടെ,
അന്നൊരിക്കൽ
നിങ്ങളും
ജയിലഴികളെ കടിക്കുകയും കാരുകയും
ചെയ്തിട്ടില്ലേ?
നമുക്കുമേൽ അമരുന്ന
ഭിത്തികളുടെ ഭാരത്തിൽ
ചീറ്റിച്ചിതറുമായിരുന്നു
നമ്മുടെ തലച്ചോറുകൾ
അവർ
ആകപ്പാടെ ചെയ്തത് ഇത്രമാത്രം
എല്ലാം തൂത്തുവാരി
മണൽവിരിച്ചു.

'ഏറെ ദൂരയല്ലെങ്കിലും നേരത്ത്
നാടിനായുള്ള നിങ്ങൾ തൻ സേവനം'

തന്റെ പലായനവേളകളിൽ
ഏതൊന്നിലാണ്
ഈ ഗാനത്തിന്റെ
ശോകസങ്കുലമായ കരുത്ത്
ലെനിന് പ്രിയങ്കരമായി മാറിയത്?

****

പ്രത്യാശിച്ചിരുന്നു.
കർഷകൻ
തന്റെ വഴി
സ്വയം തെളിക്കുമെന്നും
ഒരു പ്രതിബന്ധവും കൂടാതെ
സോഷ്യലിസം
നടപ്പിൽ വരുത്തുമെന്നും.
പക്ഷേ, ഇല്ല
റഷ്യപോലും
കച്ചിത്തുറുപോലെയായി
കറുകറുത്ത പുകത്താടികൾ
അവളുടെ പട്ടണങ്ങളെ
വലയം ചെയ്തിരിക്കുന്നു
ആകാശത്തു അപ്പംചുട്ടുതരാൻ
ഏതുദൈവമാണ്?

കർഷകക്കൂട്ടങ്ങളുടെ
നേതൃനിരയിൽ ഉണ്ടാവേണ്ടത്
തൊഴിലാളിവർഗ്ഗം തന്നെ.
മുതലാളിത്തത്തിന്റെ
മൃതശരീരത്തിന് മുകളിലൂടെ വേണം
റഷ്യയുടെ രാജപാത കടന്നുപോവാൻ.
അവരെ നയിക്കാൻ
ലെനിനുണ്ടല്ലോ.

വിടുവായന്മാർ
ലിബറലുകളും എസ്സാർകാരും[12]
വാഗ്ദാനങ്ങൾ കൂമ്പാരം കൂട്ടിത്തരും
എന്നിട്ട്
ഒട്ടും മടിക്കാതെ
തൊഴിലാളികളുടെ
ചുമലിലെ ഭാരം വീണ്ടും കൂട്ടും..
ലെനിനാകട്ടെ
ആ സൂത്രങ്ങളൊക്കെ പൊളിച്ചു
യാഥാർത്ഥ്യങ്ങളുടെ
വെള്ളി വെളിച്ചത്തിൽ

12. Socialist Revolutionary Party പെറ്റി ബൂർഷ്വാസിയുടെ ഒരു സംഘടന. വ്യക്തികളുടെ ഭീകരപ്രവർത്തനം പ്രചരിപ്പിച്ചു വന്ന അവർ വിപ്ലവത്തിനുശേഷം സോവിയറ്റ്ശക്തിക്ക് എതിരായി പ്രവർത്തിക്കുന്ന ഉപജാപകസംഘമായി മാറി

പിറന്നപടിയുള്ള കുഞ്ഞെന്നു
അവരുടെ കുതന്ത്രങ്ങളെ
തുണിയുരിച്ചു നിർത്തി.
സ്വാതന്ത്ര്യം എന്നും
സാഹോദര്യം എന്നുമൊക്കെയുള്ള
അവരുടെ പൊള്ളപ്പേച്ചുകളുടെ
മറനീക്കിയെറിഞ്ഞു

മാർക്സിസത്തിന്റെ ആയുധമേന്തി,
യുദ്ധസന്നദ്ധമായി,
ലോകത്തെ ഒരേയൊരു
ബോൾഷെവിക്കക്ഷി
ഉദയംകൊള്ളുകയായി.

ഇന്ന്
ഒരുഡീലക്സ് കൂപ്പേയിലോ
കാൽനടയായോ
നാടുചുറ്റുന്ന,
റഷ്യമുഴുവനും സവാരിയടിക്കുന്ന,
നിങ്ങൾക്കു കണ്ടെത്താനാവും
ആർ സി പി (റകപാ) എന്നോ
അതിന്റെ അയൽക്കൂട്ടുപോലുള്ള
[13]ബി(ബോ) ഉള്ള
ഈ അക്ഷരങ്ങളെ.

ഇന്ന്
ജ്യോതിശാസ്ത്രജ്ഞർ
വേട്ടയാടുന്നത്
ചൊവ്വയെന്ന
ആ ചുവന്നഗ്രഹത്തെ.
ഉയരങ്ങളിൽ
ടവറുകളിൽ ഇരുന്ന്
ദൂരദർശിനികൾ
ആകാശത്തിന്റെ പടമെടുക്കുന്നു
പരിശോധിക്കുന്നു.
മര്യാദയുള്ള ആ അക്ഷരമാകട്ടെ
കടലാസുതാളുകളിലും

13. Russian Communist Party (Bolsheviks) 1918 മുതൽ 1925 വരെ ഉപയോഗിച്ചിരുന്ന പേര്.

കൊടികളിലും
പതിന്മടങ്ങ് അരുണാഭമായി
ഇന്നും ഇപ്പോഴും
ജ്വലിച്ചുനില്ക്കുന്നു.

******

വാക്കുകൾ.
അങ്ങേയറ്റം മികച്ചവപോലുമിയും
ചവറാകാം
ഉപയോഗിച്ചും കൈമാറിയും
തേഞ്ഞുംതുരുമ്പിച്ചും
പിഞ്ഞിയുംപോകാം
എനിക്കിന്ന്
വാക്കിനുംവാക്കായി
മഹത്തായൊരു വാക്കിനെ
വിളക്കിത്തേച്ചുതിളക്കണം.
'പാർട്ടി.'

ജീവിതത്തിൽ
വ്യക്തിക്ക് എന്താണ് പ്രസക്തി?
ഒരു മൊട്ടുസൂചി വീഴുന്നതിലും
കനംകുറഞ്ഞതാണ് അവനുള്ള ശബ്ദം
ആരു കേൾക്കുമവനെ?
ഒരുപക്ഷേ,
സ്വന്തം പെണ്ണല്ലാതെ?
അതും ഷോപ്പിങ്ങിനൊന്നും പോവാതെ
കൂടെത്തന്നെ അടുത്തുണ്ടെങ്കിൽ മാത്രം.

അമ്മട്ടിലുള്ള
കീഴ്സ്ഥായികളും ദുർബ്ബലങ്ങളുമായ
അനേകമനേകം ഒച്ചകൾ
ഞെരുക്കിച്ചേർത്തടുക്കിയ
അതിസാന്ദ്രമായ
ഒറ്റയൊച്ചക്കൊടുങ്കാറ്റ്,
പാർട്ടിയുടെ ഇരമ്പുന്ന ശബ്ദം അതാണ്.
അതിന്റെ മുഴക്കത്തിൽ
ശത്രുവിന്റെ കോട്ടകൊത്തളങ്ങൾ
തകർന്നടിയും
പീരങ്കികളുടെ തീതുപ്പുമൊച്ചയിൽ
കർണ്ണപടങ്ങൾ എന്നപോലെ.

ഏകനൊരാള്‍ക്കു
എന്തിനാവും?
പാപ്പരായിപ്പോകും അയാള്‍
ദിനാവസ്ഥകളെ മാറ്റാന്‍
അവനൊറ്റയ്ക്കു സാദ്ധ്യമല്ലതന്നെ
ഒരു കിഴവന്‍ മുഠാളനുപോലും
അവനെ വീഴ്ത്താം.
രണ്ടുആളുകള്‍ ഉണ്ടായാല്‍പ്പോലും
ദുര്‍ബ്ബലരെങ്കില്‍ തീര്‍ന്നില്ലേ!

എന്നാല്‍
നമ്മെപ്പോലെ നിസ്സാരന്മാര്‍
ഒരു 'പാര്‍ട്ടി'യിലെങ്കില്‍
എതിരാളി മുട്ടുമടക്കും
ദൃഷ്ടിക്കപ്പുറം മറയും.
ദശലക്ഷക്കണക്കിനു വിരലുകള്‍
ഒരൊറ്റ മുഷ്ടിയിലേക്ക് ഒതുക്കിയാല്‍
അതാണ് പാര്‍ട്ടി
ഏതു പ്രതിബന്ധങ്ങളെയും
തകര്‍ക്കാന്‍ കരുത്തുറ്റത്.
എന്താണ് വ്യക്തി?
ഒന്നുമല്ല
ഒരാള്‍
ഒറ്റയ്ക്കൊരാള്‍
ഏതു പ്രമുഖനായാലും
കേവലം പത്തുമുഴം നീളമുള്ള
ഒരു തടിക്കഷണം ഒറ്റയ്ക്കുയര്‍ത്തുമോ?
പത്തുനില വീടിന്റെ കാര്യം പോട്ടെ.
പാര്‍ട്ടിയെന്നത്
ലക്ഷംലക്ഷം കരങ്ങളാണ്
ലക്ഷക്കണക്കിന് തലച്ചോറുകളാണ്
ഒത്തൊരുമിച്ചു
പ്രവര്‍ത്തിക്കുന്ന
അനേകകോടികളാണ്.
പാര്‍ട്ടിക്കൊപ്പം
കൈകോര്‍ത്തു നമ്മള്‍
പദ്ധതികളൊക്കെയും
വാനോളമുയര്‍ത്തും

പാർട്ടിയെന്നത്
ഒരു ദിശാസൂചകം
അതുനേരായ പന്ഥാവിൽ
നമ്മെ എന്നും നിലനിർത്തുന്നത്.
തൊഴിലാളിവർഗ്ഗത്തിന്റെ നട്ടെല്ല്
പാർട്ടി
ഒരിക്കലുംതളരാത്ത, നശിക്കാത്ത
കാരണങ്ങളുടെ, വിശ്വാസങ്ങളുടെ,
അനശ്വരത്വത്തിന്റെ ആകാരം

ഇന്നലെ അടിമകിടന്ന കൂട്ടർ
ഇന്ന് ഒരു സാമ്രാജ്യത്തിന്റെ
വേരിളക്കുന്നു
ധിഷണ, ശക്തി,
അതുൾക്കൊള്ളുന്ന
വർഗ്ഗത്തിന്റെ മഹത്ത്വം
അതേ, അതാണ് നമ്മുടെ പാർട്ടി.

ലെനിനും പാർട്ടിയും
ഇരട്ടസഹോദരങ്ങൾ
അമ്മയായ ചരിത്രത്തിനു
ആരാണ് കൂടുതൽ പ്രധാനം എന്നു
ആർക്കു പറയാനാവും!
ലെനിനും പാർട്ടിയും
ഏറ്റവും അടുപ്പമുള്ള ബന്ധുജനം
ഒന്നിനെക്കുറിച്ചുപറയു
മറ്റതിനെയും
പരാമർശിക്കാതെ വയ്യെന്നാവും.

****

കിരീടങ്ങൾ
അലങ്കരിച്ച തലപ്പാവുകൾ
ഇന്നും കാഴ്ചയ്ക്ക്
അവ ഗംഭീരംതന്നെ.
ശൈത്യകാലത്തെ കാക്കക്കൂട്ടംപോലെ.
ബൂർഷ്വാസികൾ ഇരുണ്ടുവരുന്നു
എന്നാൽ തൊഴിലിന്റെ ചൂടുലാവ
അതുപ്രവഹിച്ചു തുടങ്ങിയിരിക്കുന്നു
പാർട്ടിയുടെ

ജ്വാലാമുഖം വഴി
അതൊഴുകുന്നതു
കാണുക

ജനുവരി 9
'ജനങ്ങളുടെ ചങ്ങാതി' ഗപ്പോണച്ചന്റെ[14]
കള്ളം പൊളിഞ്ഞു
നിറതോക്കുകൾ
വെടിയുതിർത്തു
നമ്മൾ വീണുപോയി!

[15]മുക്ദന്റെ രക്തബലിയോടെ
ത് സുസുഷിമയുടെ പതനത്തോടെ
ത് സാർചക്രവർത്തിയുടെ
ദിവ്യദയയെക്കുറിച്ചുള്ള
ദീർഘാപദാനങ്ങൾ നിലച്ചു.
മതിയായിരിക്കുന്നു
ഇത്തരം ജല്പനങ്ങളിലുള്ള വിശ്വാസം
പാടേ നശിച്ചിരിക്കുന്നു
പ്രെസ്ന്യാ ആയുധമെടുത്തിരിക്കുന്നു
പോർവിളികൾ ഉയരുന്നു.

ഈ നിമിഷത്തിൽ
രാജസിംഹാസനം,
ഒപ്പം ബൂർഷ്വാസികളുടെ
ചാരുകസേരകളും
നടുവേ പിളർന്നുപോകുംമട്ടിൽ
അവ മുഴങ്ങുന്നു.

എല്ലായിടത്തും ഉണ്ട്
ഇല്യിച്ച്
എവിടെയും.
സർവ്വവ്യാപിയായി.
1905 തുടങ്ങി

14. ജനുവരി 9, 1905 സമാധാനപരമായ ഒരു യോഗത്തിനിടയിൽ ജെൻഡാമറുകളുടെ വെടിവെയ്പ്പ്. Priest Gapon ജനങ്ങളുടെ ഭാഗത്തുണ്ടെന്നു നടിച്ചുചതിക്കുകയായിരുന്നു എന്നവർ തിരിച്ചറിഞ്ഞു.

15. Mukden, Tsushima റഷ്യൻ ജപ്പാനീസ് യുദ്ധത്തിൽ നാവികയുദ്ധങ്ങളുടെ ആസ്ഥാനങ്ങൾ

നിത്യേനയെന്നോണം
പണിയാളർക്കൊപ്പംനിന്നു
അടരാടുന്നു.
ഓരോ ബാരിക്കേഡിനോടും ചേർന്നുനിന്ന്
ചുണയോടെ ഉശിരോടെ
വിപ്ലവച്ചുവടുകൾ ഉറപ്പിക്കുന്നു.

എന്നാൽ അധികം താമസിയാതെ
ചതിയന്മാരുടെ തന്ത്രം പുറത്തായി
ദാ എത്തിപ്പോയല്ലോ
കുഞ്ഞുപെണ്ണിന്റെ കവിൾതടത്തിലെ
ചെന്നിറംപോലെ
ചുകചുകപ്പൻ നാടകൾ.
ത് സാർ
മട്ടുപ്പാവിൽനിന്നും
മാനിഫെസ്റ്റോ വായിക്കുന്നു[16]
പിന്നെ ഒരാഴ്ചയ്ക്കു
ആഘോഷംതന്നെ
പ്രസംഗങ്ങൾ, സദിരുകൾ
ഹുറേവിളികൾ, വിസിലടികൾ
'സൗജന്യമധുവാര' ത്തിനുശേഷം
അവയൊക്കെയും
മൂന്നിരട്ടിയിൽ മുഴങ്ങിയ
പീരങ്കിയൊച്ചയിൽ മുങ്ങിപ്പോയി.

ത് സാറിന്റെ
അറവുകാരൻ അഡ്മിറൽ
[17]ദബാസോവ്
തൊഴിലാളികളുടെ ചോരപ്പുഴയിൽ
തോണി തുഴഞ്ഞുപോയി

[18]ചേക്കേയുടെ
രക്തച്ചൊരിച്ചിലുകളെപ്പറ്റി
പറയുന്ന
വെള്ളമോന്തകൾക്കുനേരെ

---

16. ഒക്ടോബർ17, 1905 ചില സിവിൽ അവകാശങ്ങൾ വാഗ്ദാനം ചെയ്തുള്ള സാറിന്റെ മാനിഫെസ്റ്റോ.
17. Admiral DuBasov സെന്റ്പീറ്റേഴ്സ് ബെർഗ് ഗവർണർ ജനറൽ.
18. ഇവലസമഡെറിൻഷ്കി നയിച്ച കമ്മീഷൻ.

കാറിത്തുപ്പുക
ആയിരക്കണക്കിനു പണിയാളരെ
കൈമുട്ടുകൾ കൂട്ടിക്കെട്ടി
ചാട്ടവാറിനടിച്ചു കൊലപ്പെടുത്തിയത്
അവറ്റകൾ
കാണണമായിരുന്നു.

പ്രതികരണങ്ങൾ ഭ്രാന്തമായിരുന്നു
ബുദ്ധിജീവിനാട്യക്കാർ
പിൻവലിഞ്ഞു
ശാന്തതപസ്വികളെപ്പോലെ
മൗനികളായി
സുഗന്ധധൂപങ്ങളിൽ മുങ്ങി
[19]നാറിയ ദൈവഭയഭക്തിയിൽ ഒതുങ്ങി
സ്വന്തം
മെഴുതിരിവെട്ടങ്ങളിൽ
അടച്ചിരിപ്പായി

[20]സഖാവ് പ്ലേഖാനോവ്പോലും
ഒന്നുചിണുങ്ങി
'അതു ബോൾഷെവിക്കുകളുടെ,
അവരുടെമാത്രം തെറ്റ്
ഈ സമയത്ത് ആയുധം എടുക്കരുതായിരുന്നു
എങ്കിൽ
ഈ തളംകെട്ടിയ
ഈ ചോരച്ചെളിക്കുണ്ടുകൾ
ഉണ്ടാവില്ലായിരുന്നു'

'അതേ അതേ
അതങ്ങനെ തന്നെയാണ് വേണ്ടത്
ദിവസവും അതു ചെയ്യേണ്ടിയിരിക്കുന്നു
കുറേക്കൂടി സൂക്ഷ്മമായും തെളിച്ചുംതന്നെ.
എങ്കിൽ ഈ വീഴ്ച സംഭവിക്കില്ലായിരുന്നു'
അജയ്യമായ സ്ഥൈര്യത്തോടെ
ലെനിൻ

---

19. തുടക്കത്തിൽ വിപ്ലവമുന്നേറ്റത്തിന്റെകൂടെനിന്ന ബുദ്ധിജീവികളിൽ ചിലർ പിന്നീട് ദൈവത്തിലേക്ക്തിരിഞ്ഞു.
20. Georgi Plekhanov പ്രമുഖനായ മാർക്സിസ്റ്റ് ചിന്തകനും സൈദ്ധാന്തികനും. പിന്നീട് ലെനിനുമായി തെറ്റിപ്പിരിഞ്ഞു

ആ വഞ്ചകന്റെ അലമുറയെ
ഇങ്ങനെ ഖണ്ഡിച്ചു

'പുതിയ പുതിയ അട്ടിമറികൾക്കു
നേരമായെന്നെനിക്കുതോന്നുന്നു
പ്രതിരോധമല്ല
ആക്രമണമാണ് വേണ്ടത്
തൊഴിലാളിയെ
മുന്നണിയിലെത്തിക്കാൻ പോന്നത്
അതാണ്.
അതാവട്ടെ അവർക്കുള്ള ഉണർത്തുപാട്ടും.'

കലാപകാരികളായ
കീഴടങ്ങാത്ത
അനേകം തൊഴിലാളികളുടെ
രക്തച്ചൊരിച്ചിലുകളുടെ,
കൂട്ടക്കുരുതികളുടെ
പേടിസ്വപ്നംപോലെ ഒരാണ്ട്.
അതിനും കടന്നുപോകാതെ വയ്യല്ലോ
എന്നാലും
പിന്നീട് ഉയിർക്കൊള്ളുന്ന
കലാപക്കൊടുങ്കാറ്റുയർത്തുന്നവർക്കു
ഇതാവും
അവരുടെ ആദ്യപാഠശാല.

******

ലെനിനാകട്ടെ
വീണ്ടുമൊരിക്കൽക്കൂടി
തുറുങ്കിനെ കലാശാലയാക്കുന്നു
സമീപിക്കുന്ന
യുദ്ധത്തെക്കുറിച്ച്
ഞങ്ങളെ ബോധവാന്മാരാക്കുന്നു
മറ്റുള്ളവരെ പഠിപ്പിക്കുകയും
സ്വയം അറിവുനേടുകയും ചെയ്യുന്നു.
ശരിയായ നായകത്വമില്ലാതെ
ചിതറിനില്ക്കുന്ന
പാർട്ടിയെ പുനസ്സംഘടിപ്പിക്കുന്നു.

ആണ്ടുകള്‍ പോകെ
സമരവീര്യം കൂടിവന്നു
ഒരു തീപ്പൊരി
അതുമതി
ജനമനസ്സുകളില്‍
വീര്യം ആളിത്തുടങ്ങുന്നു

പക്ഷേ,
പിന്നീടുവന്ന ഒരു വര്‍ഷം
അത്
എല്ലാ ജ്വാലകളെയും അപ്പാടെ
കെടുത്തിക്കളഞ്ഞു
1914
അതിന്റെ വേദനാപ്രളയങ്ങള്‍.

ഇന്ന്, പഴയ സമരവീരന്മാര്‍
മീശപിരിച്ചുകൊണ്ട്
അല്പമൊന്ന് ഇളിച്ച്
പഴയ സന്നാഹങ്ങളുടെ
പട്ടുനൂല്‍ക്കഥകള്‍
നെയ്യുമ്പോള്‍
പുളകംകൊള്ളാം.
പക്ഷേ,
കൊത്തിയരിഞ്ഞ
മനുഷ്യമാംസത്തിന്റെ
മൊത്തവില്പനയെയും
ലോകത്താകമാനമുള്ള
ലേലക്കച്ചവടത്തെയും
എന്തിനോടാണ് ഉപമിക്കുക?
[21]പൊള്‍താവയോടോ
അതോ
പ്ലെവ്നയോടോ?

സാമ്രാജ്യത്വം
ചേറിലും ചളിയിലും കുഴഞ്ഞ്
ചോരപ്പുഴകളില്‍ക്കിടന്നുരുണ്ട്
തന്റെ തുറന്നുവെളിപ്പെട്ട

21. Poltava (ഉക്രൈന്‍), Plevna (ബള്‍ഗേറിയ) റഷ്യന്‍ശക്തികള്‍ വലിയ വിപ്ലവസമരങ്ങള്‍ ജയിച്ച ഇടങ്ങള്‍.

കള്ളപ്പല്ലിളിച്ചും
ഞെരിച്ചും മുരണ്ടുമുരണ്ടും
രാജ്യങ്ങളെ
ഒന്നിന് പുറകെ ഒന്നായി വിഴുങ്ങിക്കൊണ്ട്
ചുറ്റിത്തിരിയുന്നു
അവനുചുറ്റും
സുഖലോലുപരായി
ദേശഭക്തരും മുഖസ്തുതിക്കാരും
സകലരേയും മടുപ്പിക്കുംവരെ
സ്വർഗ്ഗത്തിനുനേർക്ക്
തങ്ങളുടെ ചതിക്കുന്ന കരങ്ങളുയർത്തി
കുരങ്ങന്മാരെപ്പോലെ നിലവിളിക്കുന്നു
'പണിക്കാരാ
പോകൂ
പോരുതുടരൂ'

കൊത്തിയരിഞ്ഞ
മനുഷ്യമാംസവും
നുറുങ്ങിയ അസ്ഥിഖണ്ഡങ്ങളും കലർന്ന
ലോകത്തിന്റെ തുരുമ്പുകൂന
പെരുകി കനംവെക്കുന്നു
ഭ്രാന്തന്മാരുടെ ഈ ആസ്പത്രിക്ക്
നടുവിലും
ഒറ്റയ്ക്ക്
അചഞ്ചലം നിലകൊണ്ടു
[22]സിമ്മർവാൽഡ്.
അവിടെ ലെനിൻ ചെയ്ത പ്രസംഗമാകട്ടെ
എന്നും ഓർമ്മിക്കപ്പെടുന്നതും.

ലെനിന്റെ പ്രസംഗം!
ഏതു പീരങ്കിയൊച്ചയ്ക്കും മുകളിൽ
കേൾക്കാമായിരുന്നു അത്
ഏതു തീജ്വാലയ്ക്കുമപ്പുറം
പ്രോജ്ജ്വലമായിരുന്നു ആ ആശയങ്ങൾ
ഒരുപുറം
വിജയം സാക്ഷാൽക്കരിക്കാൻ

22. Zimmerwald (സ്വിറ്റ്സർലാൻഡ്) 1915 ൽ സാമ്രാജ്യത്വ യുദ്ധങ്ങൾക്കെതിരെ പ്രമേയം പാസാക്കിയ അന്തർദ്ദേശീയ സോഷ്യലിസ്റ്റ് കോൺഫറൻസ് നടന്ന ഇടം.

തുനിഞ്ഞിറങ്ങിയ
തൊഴില്‍സമരക്കാര്‍
ഞെളിപിരികൊള്ളുന്ന

ജനലക്ഷങ്ങള്‍,
അതേസമയം മറുപുറത്ത്
നേരിടാന്‍ അടുക്കുന്ന
പീരങ്കികളും വാളുകളും
അവക്കെതിരെ ഒറ്റയാനായി
ഒരാള്‍
പ്രത്യേകതകള്‍ ഒന്നുമില്ലാത്ത
പൊക്കത്തിലും വണ്ണത്തിലും
തികച്ചും ഒരു സാധാരണക്കാരനായ
ഒരാള്‍
'ധീരസേനാനികളേ,
ബൂര്‍ഷ്വാസികള്‍ നിങ്ങളെ ചതിക്കും
വിറ്റു വിലമാറും
മുന്‍പ് ആയിരക്കണക്കിന് തവണ
ചെയ്തതുപോലെ
നിങ്ങളെ കശാപ്പുചെയ്യും
മതിയാക്കൂ
ഇനി ഞാന്‍ പറയുന്നത് കേള്‍ക്കൂ
ഈ യുദ്ധം
രാജ്യങ്ങള്‍ തമ്മിലുള്ള ഈ യുദ്ധത്തെ
ആഭ്യന്തരകലാപമാക്കൂ
മനുഷ്യരേ,
എന്തിനുവേണ്ടിയാണ്
നമ്മള്‍ തര്‍ക്കിക്കുന്നത്?
ദുരന്താനുഭവങ്ങള്‍
മുറിവുകള്‍
നഷ്ടങ്ങള്‍
ഇവയ്ക്കെല്ലാം അറുതി ഉണ്ടാവണം
ആഗോളയജമാനന്മാര്‍ക്കെതിരെ
വിശുദ്ധയുദ്ധത്തിന്റെ
കൊടിക്കൂറയുയര്‍ത്തുക'

പൈശാചികമായ ഒച്ചയില്‍
ചീറ്റിത്തുമ്മിയ
പീരങ്കിക്കുഴല്‍

അദ്ദേഹത്തെ വീശിപ്പറപ്പിക്കുമെന്നു തോന്നി
ഈ ദുര്‍ബ്ബലമനുഷ്യനെ
ആരെങ്കിലും
എന്നെങ്കിലും കാണുമോ?
ആ പേരു ഓര്‍ക്കുമോ?
'കീഴടങ്ങ്'
രാഷ്ട്രം രാഷ്ട്രത്തോട് ഗര്‍ജ്ജിച്ചു

സഹസ്രാബ്ദങ്ങള്‍ നീണ്ടുപോയേക്കാം
എന്നുതോന്നിക്കുന്ന
യുദ്ധങ്ങള്‍.
ഒടുവില്‍ എല്ലാം അവസാനിച്ചു
മറ്റാര്‍ക്കുമില്ല ജയം
ലെനിനൊഴിച്ച്
സഖാവ് ലെനിന്‍
വിജയശ്രീലാളിതനായിരിക്കുന്നു
സാമ്രാജ്യത്വമേ
തുലഞ്ഞുപോ
ഒരിക്കല്‍
മാലാഖമാര്‍ക്കൊപ്പമായിരുന്നു
ഞങ്ങള്‍ക്കു ക്ഷമ,
നീയതിനെ
തച്ചുതകര്‍ത്തു കളഞ്ഞു
ഇപ്പോള്‍
റ്റെബ്രിസ്തൊട്ടു ആര്‍ക്കെന്‍ജലോളവും
വിമത റഷ്യ
നിങ്ങളെ നിലംപരിശാക്കിയിരിക്കുന്നു.

അധികാരമേലങ്കിയണിഞ്ഞ
ഇരട്ടത്തലയന്‍ കഴുക്
അതാണ് സാമ്രാജ്യത്വം
ആര്‍ക്കും ചാക്കിലാക്കാവുന്ന
തള്ളപ്പിടയുമല്ല സാമ്രാജ്യം.
എന്നിട്ടും
ഞങ്ങളതിനെ
അവരുടെ രാജപരമ്പരകളെ
അതിന്റെ നിയമവിധേയമായും
രാജകീയവുമായ
എല്ലാ കെണിക്കുരുക്കുകളെയും

വലിച്ചുമതിയാക്കിയൊരു
സിഗരറ്റുകുറ്റിപോലെ
തുപ്പിയെറിഞ്ഞിരിക്കുന്നു.

രാഷ്ട്രം.
വിശാലമായത്,
വിശപ്പിലും ദാഹത്തിലും പൊരിയുന്നത്,
രക്തപങ്കിലമായത്,
ഉടലിലെ അഴുക്കുപൊറ്റകൾ ചുരണ്ടിനീക്കി
എങ്ങോട്ടേക്കാണ്
അതിന്റെ പുറപ്പാട്?
ബൂർഷ്വാസിക്കായി ചുടുചോറുവാരാനോ?
അതോ 'സോവിയറ്റ്' ആവാനോ?
ത് സാറിന്റെ ചങ്ങലകൾ
അവർ പൊട്ടിച്ചെറിഞ്ഞു
തിളച്ചുമറിയുന്ന റഷ്യ
ചുട്ടുപഴുക്കുന്ന റഷ്യ
പത്രവാർത്തകൾ
കത്തുകൾ.

ലെനിൻ,
അന്ന് സ്വിറ്റ്സർലാണ്ടിലായിരുന്നു
എല്ലാം വായിച്ചു.
കേവലം കടലാസുതുണ്ടുകൾ
അതിലെ വാചകങ്ങൾ
അവയിൽനിന്ന് മാത്രം
ഒരാൾ എന്തറിയാനാണ്?
അനുഭവിക്കാനാണ്?

ഓഹ്
ഉയർന്നുപറന്നു
വേഗത്തിൽ നാടുചേരാൻ
ഒരു വിമാനം കിട്ടിയിരുന്നെങ്കിൽ!
പോരാടുന്ന തൊഴിലാളിക്കൊരു
താങ്ങാവാൻ കഴിഞ്ഞെങ്കിൽ!
ഒരേയൊരു മോഹം, അതുമാത്രം
ഒരേയൊരാവശ്യം, അതുമാത്രം
അങ്ങനെ ഒടുവിൽ
പാർട്ടി പറഞ്ഞതുപ്രകാരം
ലെനിൻ വണ്ടികയറി.

തന്റെ സ്വേച്ഛാവാഴ്ച തകര്‍ക്കാനുള്ള
ബോംബുമായി
ജര്‍മ്മനിയുടെ ചിഹ്നം സീലടിച്ച
ആ ചരക്കുതീവണ്ടിയില്‍
ലെനിന്‍ ഉണ്ടെന്നു
കൊലയാളി ഹോഹെന്‍സോലെന്[23]
വിവരം കിട്ടിയിരുന്നെങ്കിലോ!!

****

എന്നിട്ടും
ചപലവിനോദങ്ങളില്‍
മതിമറന്നുരസിച്ചും
ക്ഷണികാഹ്ലാദങ്ങളില്‍
മുഴുകിയും
നേരം പോക്കുകയായിരുന്നു
പെട്രോഗ്രാദിന്റെ ജനത

അപ്പോഴേക്കും
ചുവന്ന റിബ്ബണ്‍പോലുള്ള
വിലകുറഞ്ഞ
അലങ്കാരവേഷം കെട്ടിയ
ചതിയന്മാരായ ജനറലുകള്‍
[24]നേവ്സ്കിയില്‍
പെരുകാന്‍ തുടങ്ങിയിരുന്നു.
അടുത്ത കുറച്ചുമാസങ്ങള്‍ക്കുള്ളില്‍
അതു പരമാവധിയാകും.

അടുത്തതായി
അതു പൊലീസുകാരുടെ
വിസിലടിയിലേക്കു കടക്കും
അതൊന്നു കേട്ടുതുടങ്ങാന്‍
ബൂര്‍ഷ്വാസിക്ക് എന്തൊരു പൊരിച്ചിലാണെന്നോ!
ഇപ്പോള്‍ത്തന്നെ
കാട്ടുമൃഗങ്ങളുടെ മുതുകിലെ രോമങ്ങള്‍
എഴുന്നുനില്ക്കാന്‍ തുടങ്ങിയിരിക്കുന്നു

23. ജര്‍മന്‍ കൈസര്‍ വില്യം രണ്ടാമന്‍.
24. Navsky Prospekt. പെട്രോഗ്രാദിലെ പൊതുവീഥി

തുടക്കത്തിൽ
വെറും പൊടിയെന്നു പരിഹസിച്ചവയിൽനിന്നു
രാജ്യത്തെ മൊത്തമായും
വിഴുങ്ങാൻപോന്ന
ഭീമൻസ്രാവുകൾ ഉരുവംകൊള്ളുന്നു.
അടുത്തത്
[25]മില്യുക്കോവ്ഡർഡനെൽസ്കി
പിന്നെ
കിരീടമണിയാൻ
പരവേശംകൊണ്ട്
[26]മിഖായേൽരാജകുമാരൻ

കൊമ്മിസാറന്മാരുടെ
കണ്ണുരുട്ടൽ സഹായംപോലും ഇല്ലാതെ
എത്രയെളുപ്പത്തിലാണ്
[27]മന്ത്രിപ്രവരൻ
അധികാരം കൊയ്തെടുക്കുന്നത്!

സ്ത്രൈണമൃദുമന്ദ്രമുഗ്ദ്ധയാ-
ളോമന
ലഹരിയുന്മാദിക്കുപോലു
മേറ്റുന്നവൾ

ഫെബ്രുവരിയിലെ
സ്വാതന്ത്ര്യത്തിന്റെ
അപ്പത്തുണ്ടുകളുടെ
രുചിപോലും ഞങ്ങൾ
അറിഞ്ഞു തുടങ്ങിയില്ല
'മുന്നണിയിലേക്കു
മാർച്ച് ചെയ്യിൻ
കൂലിപ്പണിക്കിഴങ്ങന്മാരെ'
പട്ടാളപ്പയ്യന്മാർ
ഞങ്ങളെ ആട്ടിത്തെളിച്ചു

ചന്തംപോലെ

---

25. Milyukov Dardanelsky റഷ്യൻ വിപ്ലവത്തെ നേരിട്ട ഉദ്യോഗസ്ഥരിൽ ഒരാൾ.
26. നിക്കോളാസ് രണ്ടാമന്റെ സഹോദരൻ.
27. Kerensky A.F 1917 ൽ ലെനിന്റെ അറസ്റ്റിനും രഹസ്യമായി കൊലയ്ക്കും ഉത്തരവിട്ടു.

ചിത്രത്തിന് മിഴിവേകാന്‍
കുത്തിത്തിരിപ്പുകാരും
കുതികാല്‍വെട്ടുകാരും
രാജ്യദ്രോഹികളുമൊക്കെ
മുന്നിലും പിന്നിലും നില്ക്കുന്നു
കഥപറയും പൂച്ചകളായ[28]
[29]മെന്‍ഷെവിക്കുകളോടൊപ്പം
കാവല്‍പ്പട്ടികളെപ്പോലെ
എസ്സാറുകളും സാവിന്‍കോവ്കളും[30]
കണ്ടുനില്ക്കുന്നു

വിശാലതടങ്ങളുള്ള
നേവയുടെ മറുതീരത്ത്
ഫിന്‍ലന്റ് സ്റ്റേഷനില്‍നിന്നു
വിബോര്‍ഗിന്റെ പ്രാന്തങ്ങളിലൂടെ

പൊടുന്നനെ
നഗരത്തിലേക്ക്
അലറിക്കുതിച്ചെത്തുന്നു
തിമിംഗലക്കൊഴുപ്പില്‍
മെഴുമെഴുത്തു മിന്നുന്ന
ഒരു സായുധവണ്ടി.

ചണ്ഡമാരുതന്‍ വീണ്ടും
വീശാന്‍ തുടങ്ങുന്നു.
അതിനു ആക്കം കൂടുന്നു
വിപ്ലവത്തിന്റെ ചുഴലികളെ
അത് കൂടുതല്‍ ചുഴറ്റുന്നു
[31]ലിത്തേനിതെരുവില്‍
തൊപ്പികുപ്പായങ്ങള്‍
പെരുകിവരുന്നു
'ഇതാ ലെനിന്‍
ലെനിന്‍ നമ്മുടെ കൂടെ
ലെനിന്‍ നീണാള്‍വാഴട്ടെ'

---

28. റഷ്യന്‍ നാടോടിക്കഥകളിലെ കഥപറയുന്ന പൂച്ച.
29. റഷ്യന്‍ സോഷ്യല്‍ ഡെമോക്രാറ്റിക് പാര്‍ട്ടിയുടെ ഓപര്‍ച്യൂണിസ്റ്റ് ന്യൂനപക്ഷം
30. വിപ്ലവകാരികളെ എതിരിട്ട S R പാര്‍ട്ടിനേതാവ്.
31. Liteiny Prospekt പെട്രോഗ്രാദിലെ പ്രധാന തെരുവുകളില്‍ ഒന്ന്.

'സഖാക്കളേ,'
കൈയടിച്ചഭിനന്ദിക്കുന്ന
നൂറുകണക്കിന്
ശിരസ്സുകൾക്കു മുകളിൽ
ലെനിൻ
നേർവഴികാട്ടാൻ കെല്പുള്ള
തന്റെ കരം നീട്ടിപിടിച്ചു

'ജീർണ്ണിച്ച ഈ സോഷ്യൽ ഡെമോക്രാറ്റ് കെണികളെ
നമുക്ക് പൊളിച്ചെറിയാം
മുതലാളിത്തത്തെയും
അതിന്റെ ഏറാൻമൂളികളെയും
നമുക്ക്
തകർത്തുതരിപ്പണമാക്കാം

നാം
ശബ്ദംകൊടുക്കുന്നത്
അവർക്കാണ്,
ലോകത്താകമാനമുള്ള
അദ്ധ്വാനിക്കുന്ന ജനതയ്ക്ക്
കർഷകർക്ക്.
അവരുടെ ഇച്ഛയാണ് നമ്മുടെ ഒച്ച

സമയമെത്തിയിരിക്കുന്നു
കമ്യൂണിസം കെട്ടിപ്പടുത്തവരുടെ കക്ഷി
അതു നീണാൾവാഴട്ടെ
സോവിയറ്റ് ശക്തിക്കായുള്ള
സായുധവിപ്ലവം വിജയിക്കട്ടെ'

അത്ഭുതാദരങ്ങളോടെ
ആർത്തലയ്ക്കുന്ന
മനുഷ്യമഹാസാഗരത്തിനു മുന്നിൽ
വാചാടോപങ്ങളേതുമില്ലാതെ
ഒരുപതിവുകാര്യം എന്നമട്ടിൽ
ചരിത്രത്തിൽ ആദ്യമായി
ഒരിക്കലും എത്തുകില്ല എന്നു
പലരും കണക്കാക്കിയ
സോഷ്യലിസം ഉയർന്നു കാണാകുന്നു

ഗർജ്ജിച്ചുയരുന്ന
ഫാക്ടറിച്ചെത്തങ്ങൾക്കപ്പുറത്ത്
ചക്രവാളത്തിൽ
കണ്ണഞ്ചിക്കുന്ന പ്രഭാപൂരമായി
അതു തിളങ്ങുന്നു
നമുക്കുമുന്നിൽ.
നാളത്തെ
നമ്മുടെ കമ്യൂൺ.
ബൂർഷ്വാസികളിൽ
കൂലിക്കാരിൽ
അടിമയിലും ഉടമയിലും
ഏറാൻമൂളികളുടെ
വരട്ടുതത്ത്വങ്ങളുടെ
മേച്ചിൽക്കയർ കുരുക്കുകളും കടന്ന്
ലെനിന്റെ വാക്കുകൾ.
നിമിഷംതോറും
ഉയരുന്ന ആർപ്പുവിളികൾക്കിടയിൽ
അതു
ഒരു മഴുവിന്റെ വായ്ത്തലയായി നിപതിച്ചു.

'അതേ ലെനിൻ
ശരിയാണ്
സമയമായിരിക്കുന്നു'

ചെറിയൊരു നിസ്സാര കാൽവെപ്പിൽ
എളുപ്പത്തിൽ സ്വന്തമാക്കിയ

[32]കേഷിൻസ്കയക്കൊട്ടാരം
ഇന്നിതാ
ഉരുക്കിന്റെ ഉപ്പൂറ്റിയുള്ള
ബൂട്ടുകൾ കൈയേറുന്നു

ലെനിന്റെ ഉലയിൽ
ഉരുകി ഉരുക്കാവാനും
പതംവരാനുമായി
ഇവിടേക്കാണ്

32. Ksheinskaya മാരിൻസ്കി തിയറ്ററിന്റെ ഒന്നാം ബല്ലേറിനസാർ ചക്രവർത്തിക്കു സ്വന്തമായിരുന്ന കൊട്ടാരം

ഫാക്ടറിപ്പണിക്കാർ
ഒഴുകിയെത്തുക.

'കൈതച്ചക്ക കടിച്ചുവലിക്ക്
കാട്ടുകോഴിയിറച്ചി ചവയ്ക്ക്
നിന്റെ നാളുകളെണ്ണാറായ്
ബൂർഷ്വാസീ നീ പോവാറായ്'

നമ്മൾ നേരത്തെ ചോദിച്ചതാണ്
എവിടെപ്പോകുമെന്നു,
എന്തുതിന്നുമെന്നു.
ഭരണക്കാരൻ തിന്നു
അയാൾ കുടിച്ചു.
[33]ജൂലൈയിൽ അളവുറപ്പിക്കൽ
സമയത്ത്
തോക്കിന്റെ പാത്തികൊണ്ട്
വയറ്റിൽ ഇക്കിളിയിട്ടു
യജമാനന്റെ ദംഷ്ട്രകൾ വെളിപ്പെടുന്നു
തറച്ചുനോട്ടങ്ങൾ 'കൊല' എന്നുച്ചരിക്കുന്നു
'അടിമപ്പരിഷകളെ, ബഹളക്കാരേ
വെച്ചിട്ടുണ്ട് നിങ്ങൾക്ക്'
അവർ അലറുന്നു
'ലെനിനെഅകത്തിടുക
[34]സെനോവ്യയും പോട്ടെ ജയിലിൽ'
കെറൻസ്കി ഉത്തരവിൽ ഒപ്പുചാർത്തുന്നു

അങ്ങനെ പാർട്ടി ഒളിവിൽപ്പോയി
ഇല്യിച്ച് ഫിൻലാന്റിൽ, റാസ്ലിവിൽ
ഒരു ചുള്ളൽക്കൂടാരത്തിൽ
സുഖമായി സുരക്ഷിതമായിക്കഴിഞ്ഞു.

കപ്പാൻ മണത്തെത്തുന്ന
വേട്ടപ്പട്ടികൾക്കു
ആ അഭയസ്ഥാനം
ഒരിക്കലും അദ്ദേഹത്തെ ഒറ്റിയില്ല.

---

33. 3-4 ജൂലൈ 1917 നു പെട്രോഗ്രാദിലെ തൊഴിലാളികളും നാവികരും ഭടന്മാരും ചേർന്നു സോവിയറ്റുകൾക്ക് അധികാരം കൈമാറാൻ ആവശ്യപ്പെട്ടു നടത്തിയ സമാധാനപരമായ ഡെമോൻസ്ട്രേഷൻ വെടിവെപ്പിൽ അവസാനിച്ചു.
34. Zinoviev G Y ബോൾഷെവിക് നേതാവ്.

അദൃശ്യനാണ് ലെനിൻ
എങ്കിലോ ഏറെ അടുത്താണുതാനും

കാലവും സംഭവങ്ങളും
ആർക്കായും കാക്കില്ല
ഓരോ മുദ്രാവാക്യവും
ലെനിന്റെ ആശയം
ഓരോ നീക്കവും
ലെനിന്റെ കരങ്ങളാൽ
നയിക്കപ്പെട്ടത്.
ഇല്യിച്ചിന്റെ
ഓരോ വാക്കും
മണ്ണിനെ
ഏറ്റവും ഉർവ്വരമെന്നറിയുന്നു
അവ പതിക്കുന്ന
നമ്മുടെ പ്രസ്ഥാനം
കൂടുതൽ കൂടുതൽ പുഷ്ടമാകുന്നു.

ഇതും കാണുക
ലെനിനിസ്റ്റ് പ്രവർത്തകരുടെ
തോളോടുതോൾ ചേർന്ന്
ലക്ഷക്കണക്കിന് കർഷകർ
സമരത്തിന്റെ
ഭ്രമണപഥത്തിലേക്കു
ആകർഷിക്കപ്പെടുന്നു
ബാരിക്കേഡുകളൊക്കെയും
കടന്നുമുന്നേറാൻ
പലതിൽനിന്നും
ഒരുനാൾ
എന്നു തിരഞ്ഞെടുത്ത്
പെട്രോഗ്രാദിലേക്ക്
തൊഴിലാളികളുടെ സഹായത്തിനായി
ലെനിനും എത്തുന്നു

'സഖാക്കളേ..
നാം മതിയാവോളം കാത്തിരുന്നു
മുതലാളിത്തത്തിന്റെ നുകം,
തുളച്ചുകയറുന്ന വിശപ്പ്
യുദ്ധത്തിന്റെ പിടിച്ചുപറി, കൊള്ള,
കള്ളത്തരങ്ങളുടെ ഇടപെടലുകൾ

ഒക്കെയും
ചരിത്രമുത്തശ്ശിയുടെ ഉടലിലെ
കറുത്ത മറുകുകൾ മാത്രമായി
മാറാനുള്ള നേരമെത്തും.

വരുംനാളെകളിലൊന്നിൽ
പുറകോട്ടു,
ഈ ദിവസത്തിലേക്കൊന്നു
തിരിഞ്ഞുനോക്കിയാൽ
ആദ്യം തെളിഞ്ഞുവരിക
അടിമത്തത്തിന്റെ
ആയിരമാണ്ടുകൾ കടന്നു
കഠിന ജീവിതത്തിലൂടെ
കമ്യൂണിന്റെ കാലത്തേക്കുള്ള
തിളക്കമാർന്ന വഴി
തെളിച്ചെടുക്കുന്ന
ലെനിന്റെ രൂപമായിരിക്കും.

'വറുതിയുടെ
ഈ വർഷങ്ങൾ
ഇന്നലെകൾ മാത്രമാവും
കമ്യൂണിന്റെ ഗ്രീഷ്മം
നമ്മുടെ ഈ ഭൂഗോളത്തെ
ഊഷ്മളമാക്കിത്തീർക്കും
ഒടുവിൽ
ഒക്ടോബറിൽ ആ തീച്ചുവപ്പൻ
പൂക്കളിൽനിന്നും
ആനന്ദത്തിന്റെ
ആ വലിയ മധുരഫലം
വിളഞ്ഞുപാകപ്പെടും.'

അന്ന്
ലെനിന്റെ നിർദ്ദേശങ്ങൾ
വായിക്കുമ്പോൾ,
പഴക്കത്തിൽ മഞ്ഞിച്ച ആ താളുകൾ
പതിയെ വായിച്ചുമറിച്ചുപോകുമ്പോൾ
നെഞ്ചിൽ
ഉഷ്ണത്തിരകളുടെ ഒരു വേലിയേറ്റം
ഉരുണ്ടുകൂടുന്നതും

ഉയർന്നു പൊങ്ങുന്നതും
നമ്മൾ അറിയും.
ഒട്ടും കരഞ്ഞുശീലമില്ലാത്ത
നമ്മുടെ കണ്ണുകളിൽ
ചൂടുകണ്ണീരുറന്നൊലിക്കാൻ തുടങ്ങും.

ഞാൻ കണ്ടവയിലും
കടന്നുപോയവയിലും
വിശദമായും
സൂക്ഷ്മമായും പരതിയാൽ
എന്റെ ജീവിതത്തിലെ
മഹത്തായ ദിവസം ഏതെന്നു
ഒരു സംശയവുമില്ലാതെ
ഒട്ടും കുഴങ്ങാതെ
ഞാൻ പറയും
അത്
1917 ഒക്ടോബർ 25 ആണെന്ന്.

ആവേശംകൊണ്ട്
[35]സ്മോൾനിയുടെ ഉൾമിടിപ്പുകൾ
ഇരമ്പിപ്പൊങ്ങുന്നു
നാവികന്റെ ശരീരത്തിൽ ഗ്രനേഡുകൾ
തിത്തിരിപ്പക്ഷികളെപ്പോലെ
തൂങ്ങിക്കിടക്കുന്നു
ബയണറ്റുകൾ
മിന്നല്പിണർപോലെ പുളയുന്നു
കാർട്റിഡ്ജുകൾ ബെൽറ്റായി അണിഞ്ഞ
യന്ത്രത്തോക്കുകാർ
താഴെ നില്പുണ്ട്.
ഇടനാഴികളിലൂടെ
അലസമായുള്ള കറക്കങ്ങളില്ല
തോക്കും ബോംബും കൈവശമുള്ളപ്പോൾ
ആരും തുടക്കക്കാരല്ല

'സഖാവ് സ്റ്റാലിൻ താങ്കളെ കാണണമെന്നാഗ്രഹിക്കുന്നു'
ഉത്തരവിതാണ്.
'സായുധവാഹനങ്ങൾ
ജനറൽ പോസ്റ്റോഫീസിലേക്ക്

---

35. ചരിത്രമന്ദിരം. ഒക്ടോബർ വിപ്ലവത്തിന്റെ ആസ്ഥാനം.

[36]സഖാവ് ട്രോട്സ്കിയുടെ നിർദ്ദേശങ്ങൾ'

ശരി
അയാൾ മുന്നോട്ടുകുതിച്ചു.
അയാളുടെ
നേവി നാടകൾ മിന്നി

[37]'അറോറ.'
അടിയന്തരക്കത്തുകളുമായി
ചിലർ ഓടിനടക്കുന്നു
മറ്റുചിലർ തർക്കിച്ചു നില്ക്കുന്നു
ഇനിയുംചിലർ
റൈഫിൾ കാഞ്ചിയിൽ
ശബ്ദമുണ്ടാക്കുന്നു
ഒരിക്കലും
ഒന്നുപോലല്ല
രണ്ടുപേർ.

ഇവിടേക്ക്,
സ്വന്തം മഹത്വത്തിന്റെയും
മഹിമയുടെയും
ഒരടയാളങ്ങളും
പുറമേ പ്രദർശിപ്പിക്കാതെ
ചുറുചുറുക്കോടെ
എന്നാൽ
ഒട്ടും വേർതിരിച്ചറിയാത്ത മട്ടിൽ
ലെനിൻ കടന്നുവരുന്നു

നേരത്തെ
ലെനിൻതന്നെ
സമരമുഖത്തേക്കു നയിച്ചവർക്ക്
ചിത്രങ്ങളിൽനിന്ന്
അദ്ദേഹത്തെ

---

36. Trotsky L D ഒക്ടോബർ വിപ്ലവം തുടങ്ങുന്നതിന് ഒരുദിവസം മുൻപ് പാർട്ടിയിൽ ചേർന്ന ട്രോട്സ്കി വിദേശകാര്യ, ആർമി, നേവൽ എന്നീ കമ്മീഷണർ പദവിയിൽ വരികയും ആന്റി സോവിയറ്റ് ചെയ്തികൾക്ക് 1927 ൽ പാർട്ടിയിൽനിന്നു പുറത്താക്കപ്പെടുകയും ചെയ്തു)

37. ഒക്ടോബർവിപ്ലവത്തിന്റെ പ്രസിദ്ധമായ യുദ്ധക്കപ്പൽ

തിരിച്ചറിയാനായിട്ടില്ലവർക്ക്
അദ്ദേഹത്തെ
മനസ്സിലായില്ല
അവർ
ഒച്ചയിട്ടു

കൂവിവിളിച്ചു
പരസ്പരം കളിയാക്കി
ഉറക്കെ ആണയിട്ടു
കുശലം പറഞ്ഞു

അവിടെ
കാത്തുകാത്തിരുന്ന
ലോഹക്കൊടുങ്കാറ്റിൽ
ലെനിൻ.
തളർന്നും മന്ദിച്ചും
എന്നപോലെ.
നിന്നും
നടന്നും
പുറകിൽ കൈപിണച്ചും
പലതരത്തിലുള്ള
കാഴ്ചകളിലേക്ക്
മിഴിയൂന്നി.
ഒരുതവണ അദ്ദേഹം
പട്ടീസുപുറ്റിയ പെറുപ്പക്കാരനിൽ
കണ്മുന കുത്തിയിറക്കുന്നത് ഞാൻ കണ്ടു
നേരുന്നത്തിൽ
റേസറിന്റെ മൂർച്ചയിൽ
ചവണകൊണ്ടെന്നപോലെ
സാരാംശം അടർത്തിയെടുത്ത്
പറച്ചിൽമൊഴികളിൽനിന്നും
ആത്മാവിനെത്തന്നെ
വലിച്ചിഴയ്ക്കുമ്പോലെ
ആ നോട്ടം.

എനിക്കെല്ലാം
വെളിവായി.
ആ കണ്ണുകൾ
എന്തുകാണാൻ ദാഹിക്കുന്നെന്നു
ബോദ്ധ്യപ്പെട്ടു

കപ്പൽവേലക്കാരനും
ഖനിത്തൊഴിലാളിയും
എവിടെയെന്ന്.
നിലമുഴുന്നവനും
പട്ടാളഭടനും
വേണ്ടതെന്താണെന്നും.
വംശങ്ങളത്രയും
സൂര്യൻ ഉദിക്കുന്നതോ
അസ്തമിക്കുന്നതോ ആയ
ദേശങ്ങളത്രയും
തന്റെ ദൃഷ്ടിപഥത്തിൽ തന്നെ
അദ്ദേഹം നിർത്തി.
രാത്രികളിൽ
ഭൂഗോളത്തിന്റെ ഭാരംമുഴുവൻ
സ്വന്തം തലയ്ക്കുള്ളിൽ
തൂക്കിനോക്കി.
എന്നിട്ട്
പ്രഭാതത്തിൽ
ഓരോരുത്തരോടും
ഓരോ അടിമകളോടും
അന്യന്റെ മുതൽ കൊതിച്ചും
കൊള്ളയടിച്ചും കഴിയുന്ന ഓരോരുത്തരോടും

ഞങ്ങൾ പറയുന്നു
ഇതാ
സോവിയറ്റുകൾ അധികാരത്തിലെത്തട്ടെ
പട്ടിണിക്കാരന് റൊട്ടി
കൃഷിക്കാരന് കൃഷിഭൂമി
ജനങ്ങൾക്കും
അവരുടെ പൊറുതികെടുത്തുന്ന
പട്ടാളക്കാർക്കും
സമാധാനം
വീരയോദ്ധാക്കളുടെ ചോര
കൊണ്ട് വയർനിറച്ച്
ഉന്മേഷംവീണ്ടെടുത്ത് അർമ്മാദിക്കുന്ന
ബൂർഷ്വാസിക്കും
അവർക്ക്,
[38]ദുഖോനിനും കോർനിലോവിനും

38. വെള്ളക്കാരായ ജനറലുകൾ.

ഗുച്കോവിനും കെരന്‍ഷ്കിക്കുംഒക്കെ
ആരാണെന്നും എന്താണെന്നും
ഞങ്ങള്‍
കാണിച്ചുകൊടുക്കാം

എന്നാല്‍
[39]വിധിന്യായത്തീര്‍പ്പുകളുടെ
തറഞ്ഞുകേറുന്ന
ആലിപ്പഴപ്പെയ്ത്തില്‍
പിടിച്ചു നില്ക്കാനാവാതെ

മുന്‍നിരയും പിന്നണിയും
ഒരുപോലെ കീഴടങ്ങി
ഒരു വെടിയൊച്ചയുടെ സഹായം പോലുമില്ലാതെ!

ഇന്ന് നമുക്കറിയാം
ആര് ആര്‍ക്ക് എന്തു കാണിച്ചുകൊടുത്തെന്ന്.
നിരക്ഷര ഹൃദയങ്ങളില്‍പ്പോലും
അവര്‍ കടന്നുകയറി,
ഉരുക്കിന്റെ ദാര്‍ഢ്യം
ഉണ്ടാക്കിയെടുത്തു
അരികില്‍നിന്നു
അകലങ്ങളിലേക്കും
അത് ഉരുണ്ടുചെന്നെത്തി
ചെറിയ പിറുപിറുക്കലുകളില്‍നിന്നും
പടിപടിയായി
ശക്തമായ ഗര്‍ജ്ജനങ്ങളിലേക്ക്
അതുയര്‍ന്നു
പാവപ്പെട്ടവനും
താഴെത്തട്ടുകാരനും
കുടിലുകള്‍ക്കും
സമാധാനം
കൊട്ടാരങ്ങള്‍ക്കുമേല്‍
'യുദ്ധംയുദ്ധംയുദ്ധം'

പേരുകേട്ടതും അല്ലാത്തതുമായ
പണിശാലകളിലെല്ലാം ഞങ്ങള്‍ പോരാടി
പയറുമണികള്‍പോലെ

39. ഭൂമിയുടെയും സമാധാനത്തിന്റെയും വിധി. തൊഴിലാളിയുടെയും കര്‍ഷകന്റെയും സര്‍ക്കാര്‍.

നഗരത്തിന്റെ പിടിയില്‍നിന്നും
അവയെ
പുറത്തുചാടിച്ചു.
അതേസമയം പുറത്തു
ആ സുധീരമായ
മുന്നേറ്റത്തിന്റെ
ദിശാസൂചകങ്ങള്‍പോലെ
ഒക്ടോബറിന്റെ ബഡവാഗ്നി
പ്രഭുമന്ദിരങ്ങളിലേക്കും
ആളിപ്പടര്‍ത്തുകയും.

ഒരിക്കല്‍
ചാട്ടവാറടികളുടെ മൊത്തവില്പനയ്ക്ക്
വിരിച്ച
പായപോലൊരു നാടായിരുന്നു നമ്മുടേത്
പലനാള്‍കണ്ട സ്വപ്നങ്ങളിലെ
ചോരയില്‍ക്കുളിച്ചുപോയ നാട്
പെട്ടെന്നതാ
സകലങ്ങളായ നീരുറവകളെയും
സകലങ്ങളായ കുന്നിന്‍പുറങ്ങളേയും
മറ്റെല്ലാ പ്രകൃതിസൗഭഗങ്ങളേയും
ചേര്‍ത്തുപിടിച്ച
ഒരു തഴമ്പിച്ച കൈ അതിനെ
ചുറ്റിവരിയുന്നു.

കണ്ണാടയിട്ട വെള്ളക്കോളറുകള്‍
ദേഷ്യം തുപ്പിത്തീര്‍ത്ത്
രാജഭരണവും പ്രഭുഭരണവും
ബാക്കിയുള്ളേടങ്ങളിലേക്ക്
ഒളിച്ചുപോയി.

ഒരുവിധത്തില്‍
ശല്യങ്ങള്‍ ഒഴിവായത് നന്നായി.
നമ്മള്‍
പരിശീലിപ്പിക്കും
ഓരോ പാചകക്കാരിയേയും.
അതിലൂടെ
ഓരോ തൊഴിലാളിക്കും
ഉതകുംവിധത്തില്‍

രാഷ്ട്രഭരണം
കൈകാര്യംചെയ്യാന്‍.

*****

അങ്ങനെ ഞങ്ങള്‍
തല്‍ക്കാലം
അതിജീവിച്ചു
കിടങ്ങുകളില്‍ കിടന്നു
ജര്‍മ്മന്‍ കാതുകള്‍ക്കകത്തേക്ക്
മുക്കറയിട്ടും
അച്ചടിച്ചും
എഴുതിയുമൊക്കെ.

അപ്പോള്‍ കേള്‍ക്കുന്നു,
'മതിയാക്കൂ
വെളിയില്‍വന്നു കൂട്ടത്തില്‍ചേരൂ
സൗഹൃദപ്പെടൂ
നിര്‍ത്തൂ ഈ യുദ്ധം.'

അതോടെ മുന്‍നിര
വിഘടിച്ചു
പിന്‍വാങ്ങാന്‍ തുടങ്ങി
ചെറിയ തുള്ളിച്ചോര്‍ച്ച
കുത്തൊഴുക്കായി.
വഞ്ചിമുങ്ങുമോ!
ഞങ്ങള്‍ ഭയന്നു

വില്യമിന്റെ,
നിക്കോളസിന്റേതിനേക്കാള്‍
കനത്തബൂട്ട്
നാടിനെ
തകര്‍ത്തു തരിപ്പണമാക്കിയേനെ.
അപ്പോഴാണ്
കുഞ്ഞുങ്ങളെപ്പോലെ
ഒലിപ്പീരുമായി
അവരുടെ സൂത്രവാക്കുകളില്‍
വീണു പിന്‍വാങ്ങുന്നവരെ
കൈയിലെടുക്കാനായി
എത്തിയ

എസ്സാറുകൾ
ധീരോദാത്തതയുടെ
കുപ്പക്കൂനയിൽനിന്നും
കളിവാളുകളുമായി
ലോഹമാർച്ചട്ടയണിഞ്ഞ ഭീമന്മാരെ
തുരത്താനായി
അവരെ പിൻവലിക്കുന്നത്.

എന്നാൽ
ലെനിൻ
അമിതേച്ഛുകളായ
ആ അങ്കച്ചേവലുകളെ
തടഞ്ഞുകൊണ്ടു പറഞ്ഞു.
'അരുത്
ആ ഭാരം വീണ്ടും
പാർട്ടിത്തന്നെ ചുമലേറ്റണം.
നമുക്കല്പം ശ്വാസമെടുക്കാനാവും
നശിച്ച[40] 'ബ്രെസ്റ്റ്' അതിനിടതരും
ഇടം പോയേക്കാം
പക്ഷേ, ഇടയുണ്ടല്ലോ
അതു നമ്മെ നശിപ്പിക്കില്ല

പിന്നീട്
കൂടുതൽ കരുത്തോടെ
ആഞ്ഞടിക്കാൻ
ഈ അച്ചടക്കവും
ബോധപൂർവ്വമുള്ള വിച്ഛേദവും
നമ്മെ ക്രമപ്പെടുത്തട്ടെ

അണിയാകുവിൻ
ചുവപ്പൻ പടയുടെ
ശ്രേണികളിൽ
ഒന്നുചേരുവിൻ.

****

[41]'ഹൈഡ്രെ'കളുടെ പോസ്റ്ററുകൾ കണ്ട്

---

40. സോവിയറ്റ് സർക്കാറിന് ഒപ്പുവെക്കേണ്ടിവന്ന ബ്രെസ്റ്റ് കരാർ നവംബർ 1918 വരെ ജർമ്മൻ വിപ്ലവത്തിൽ കൈസർ പുറത്താകുംവരെ നിലനിന്നു.

41. സിവിൽയുദ്ധവുമായി ബന്ധപ്പെട്ട കാർട്ടൂണുകൾ. സാമ്രാജ്യവാഴ്ചയെ ഒന്നിലധികംതലയുള്ള ഭീകരരൂപികളാക്കി ചിത്രീകരിച്ചവ.

ചരിത്രകാരന്മാർ
തുറിച്ചുനോക്കും
സത്യത്തിൽ ഇവറ്റ
ജീവനോടെ ഇവിടെ
ഉണ്ടായിരുന്നുവോ?
അതോ ഇല്ലയോ?
ഞങ്ങൾക്കാണെങ്കിൽ
അതേ ഹൈഡ്ര
ദൈവമേ!
മുഴുവലിപ്പത്തിലുള്ള അതു
ഞങ്ങളെ തിന്നാൻ മുതിർന്നു.

അപകടങ്ങളെ നേരിടും ഞങ്ങൾ
അതിരുകൾ ധീരതയ്ക്കില്ലതെല്ലും
അടരിൽ മൃതിവന്നു കൈപിടിച്ചോട്ടെ
അരിയ സോവിയറ്റ് ശക്തിയേ ലക്ഷ്യം

ആദ്യമെത്തുന്നത്[42]ഡെനിക്കിൻ
ഡെനീക്കിൻ നക്കിയായി.
തകർന്ന അടുപ്പിടങ്ങളുടെ
കേടുപാടുതീർക്കൽ പണിയിലാണ് നമ്മൾ
ഡെനീക്കിനെ തുടർന്ന്
ബാരൻ റാങ്ഗൽ എത്തുന്നു

പ്രഭുവിനെ ചവിട്ടിപ്പുറത്താക്കി.
അപ്പോൾ വരുന്നു
കൊൾച്ചേക്കും സംഘവും
നമുക്ക് ഒന്നുംപ്രശ്നമല്ല
എന്തും തിന്നാം
എന്തും ഉടുക്കാം
എവിടെയും കിടക്കാം
എന്നിട്ടും ചുവപ്പൻ നക്ഷത്രസേന
കുതറിത്തെറിക്കുന്നു.

ഓരോരുത്തരിലും
ലെനിനുണ്ട്
ഓരോരുത്തരും

---

42. General Denikin ദക്ഷിണദേശത്തുനിന്നുള്ള വെള്ളപ്പട്ടാളക്കാരുടെ ആദ്യ ആക്രമണം നയിച്ചു.

ലെനിന്റെ കരുതൽ അറിയുന്നുണ്ട്
പതിനൊന്നായിരം വേഴ്സ്റ്റ്
അതായിരുന്നു മുന്നണിയുടെ വീതി
അത്രയും വിശാലത!
ആരറിയുന്നു
നീളവും ആഴവും എത്രയെന്ന്!
ശത്രു പതിയിരിക്കുന്ന ഓരോ വാതിലും
പിടിച്ചടക്കേണ്ട ഓരോ വീടും
ചോരയും വീറും നേടി.

അണലിപ്പാമ്പുകൾ
എസ്സാറുകളും ഏകാധിപതികളും
നാക്കുകൊണ്ടും തോക്കുകൊണ്ടും
ദംശിക്കുന്നവർ
വേട്ടപ്പട്ടികളെപ്പോലെ
കടിച്ചുകീറാനെത്തുന്നവർ.
നിങ്ങൾക്ക് ഒരുപക്ഷേ,
[43]മിഹെൽസാനിലേക്കുള്ള
വഴി അറിയില്ലായിരിക്കും
പക്ഷേ,
നിങ്ങൾ കണ്ടുപിടിക്കും
നിങ്ങൾക്കത്
സ്വയം
ലെനിന്റെ
മുറിവുകളിൽ നിന്നൊഴുകിയ ചോരകൊണ്ട്
കാണിക്കും വഴി.

എസ്സാറുകൾ,
തോക്കിന്റെ കാഞ്ചീവലിക്കുന്നതിലും
നന്നായി അവർ വായിട്ടലയ്ക്കും
അവരുടെ വെടിയുണ്ടകൾ.
അവരുടെ വാരിയെല്ലിനെത്തന്നെ
തുളച്ചേക്കാമെങ്കിലും.

പക്ഷേ,
അതിനെയൊക്കെയും
നിസ്സാരമാക്കുന്ന

---

43. 1918 ആഗസ്തിൽ ലെനിന്റെ ജീവൻ അപകടത്തിലാക്കാനായി എസ് ആർ ഭീകരൻ കപ്ലാൻന്റെ നേതൃത്തിൽ ഉണ്ടായ ആക്രമണം, മിഹിൽസൻ എൻജിനീയറിങ്ങിനു അടുത്തുവെച്ച്.

മറ്റൊന്ന്
ഉപരോധവുമായെത്തി.
ടൈഫസ് ഈച്ചകളും
ക്ഷാമവും കൊണ്ടുവന്ന
സന്നിപാതജ്വരം.
എച്ചിൽക്കൂനകളിൽക്കിടന്നു
മേളിക്കുന്ന
ഈച്ചകളെക്കണ്ടോ?
ഒരു ചെറുതുണ്ടു ഭക്ഷണത്തിനായി
കൊടുംതണുപ്പിൽ
ദിവസങ്ങളോളം
ക്യൂ നില്ക്കേണ്ടിവരുന്ന
ഞങ്ങളിലും എത്ര മെച്ചമാണ്
അവരുടെ സ്ഥിതി.

ഒന്നു സങ്കല്പിക്കൂ
ഒരു ഭീമാകാരൻ
കപ്പൽ നിർമ്മാണസ്ഥലം
സിഗരറ്റ് ലൈറ്ററുകൾക്കായി മാത്രം
പ്രവർത്തിക്കുന്നു

ജയിലിലാക്കുക
തൂക്കിലിടുക
തല വെട്ടുക

അല്ലാതെങ്ങനെ!
നാശംപിടിക്കാൻ
എവിടുന്നാണ് ഭക്ഷണം!?

പക്ഷേ, കുലാക്കുകൾ,
അവരത്ര മണ്ടന്മാരൊന്നുമല്ല
ധാന്യങ്ങളും
എണ്ണമെഴുക്കുപറ്റിയ റൂബിളുകളും
പറ്റിയ സമയവും കാത്ത്
പൂഴ്ത്തിവെച്ചു.

വിശപ്പ്.
അതിന്റെ
അടി ഭയങ്കരമാണ്

വെടിയുണ്ടയേക്കാൾ
തീർച്ചയുള്ളതുതന്നെ.

ഇവിടെവേണ്ടത്
പഞ്ഞിപോലുള്ള പ്രശാന്തിയല്ല.
ഉരുക്കുപോലൊരു പിടിത്തം

അങ്ങനെ
കുലാക്കുകൾക്കെതിരെ
ഭക്ഷ്യാഭ്യർത്ഥനാസംഘങ്ങൾ ഉണ്ടാക്കി
രൂക്ഷമാണ് സമീപനം
നീക്കുപോക്കില്ലാത്തത്.

ഇതുപോലൊരവസരത്തിൽ
'ജനാധിപത്യം' എന്നത്
ഏതെങ്കിലും വിഡ്ഢിയുടെ
ബുദ്ധിയിൽ കയറുമോ?

വേണ്ട
കപട വിനയത്തിന്റെ
വേഷംകെട്ടലുകളൊന്നും വേണ്ട,
കാരിരുമ്പൻ സ്വേച്ഛാധിപത്യം
അതുമാത്രമേ ഇപ്പോൾ ഇവിടെ
ജയം കാണിക്കൂ.

****

നമ്മൾ ജയിച്ചിരിക്കുന്നു
പക്ഷേ,
നമ്മുടെ കപ്പലുകളിലെല്ലാം
ചളുക്കും തുളകളും വീണുപോയി.
പള്ള വിണ്ടുകീറി
എഞ്ചിൻ ചാവാറായി
തറയും തട്ടും ചുമരുകളും
കേടുപോക്കാൻ കാലമായി.

വരിൻ വരിൻ
എല്ലാവരും ഒത്തുകൂടിൻ
ചുറ്റികയെവിടെ?

വിളക്കാണി എവിടെ?
അറ്റകുറ്റങ്ങള്‍ പോക്കേണ്ടേ?
തുറമുഖമേതാണ്?
ഹാര്‍ബറിന്റെ ഭാഗത്ത്
വെളിച്ചം കാണാനില്ലല്ലോ.

പാമരംവെച്ച നമ്മുടെ കപ്പല്‍
അവധാനതയില്‍
അലകള്‍ മുറിച്ചങ്ങനെ
നീങ്ങുകയാണ്
അതുനിറച്ചും ചരക്കുകളാണ്.
ഭാരത്താല്‍ ചരിയുന്ന വലതുപാര്‍ശ്വം.
കപ്പല്‍ മറിയുമോ..!
നൂറുമില്യന്‍ കര്‍ഷകരാണുള്ളത്!!

അപകടം മുന്നില്‍ക്കണ്ട
ശത്രുസംഘം ക്ഷുദ്രാഹ്ലാദത്താല്‍
കൂവിവിളിച്ചു.
ലെനിന്‍ മാത്രം
സമചിത്തതയോടെ
മനസ്സാന്നിദ്ധ്യം കൈവെടിയാതെ നിന്നു.
കാറ്റിന്റെ ഗതിനോക്കി
ഇരുപതു ഡിഗ്രി ചെരിച്ച്
നേരെനിന്ന്
ചെറുതായൊന്ന് കറങ്ങി
തുറമുഖംപിടിച്ചു.
അതിശയം.
കാറ്റൊതുങ്ങിയിരിക്കുന്നു.

കൃഷിക്കാര്‍ റൊട്ടി കൊണ്ടുവന്നു
ഓരോ കാല്‍വെപ്പിലും
ചിരപരിചിതമായ പരസ്യങ്ങള്‍
വാങ്ങുന്നതാണ്
വില്പനയ്ക്ക്

[44]നെപ്
ലെനിന്‍ കണ്ണുചിമ്മി

44. ലെനിന്‍ പ്രഖ്യാപിച്ച പുതിയ സാമ്പത്തികനയം - ന്യൂ എക്കണോമിക് പോളിസി.

നമ്മൾ കേടുപാടുകൾ തീർക്കാൻ
കയറിയതാണ്.
അളവുകോലുകൾ പരിചയിക്കു.

ക്ഷീണിച്ചു തളർന്നുപോയ
കപ്പൽത്തൊഴിലാളികൾ
അർമ്മാദിച്ചു

ആഹാ! 'കര! കര!'
കരയെത്തിപ്പോയ്
എവിടെപ്പോയി ആ കൊടുങ്കാറ്റ്?
എന്താണിനി പരിപാടി?
ലെനിൻ
പാറക്കെട്ടുകളില്ലാത്ത
ആഴക്കടൽത്തീരത്തേക്കു ചൂണ്ടി.
സഹകരണ സംഘങ്ങളുടെ
കടൽപ്പാലക്കെട്ടുകൾ
മങ്ങി മങ്ങി
അങ്ങിങ്ങായിക്കാണാം
ആ നിർമ്മിതികളുടെ
തുറമുഖത്തേക്കു
അനായാസം
സോവിയറ്റുകളുടെ
കൂറ്റൻ രാഷ്ട്രം കപ്പലോടിച്ചെത്തി.

വിള്ളലുകളും പൊട്ടലുകളും അടയ്ക്കാൻ
വേണ്ട തടിയും ഇരുമ്പും
സ്വയം ലെനിൻതന്നെ
ചുമക്കുന്നു
എല്ലാം വിഭാവനംചെയ്യുന്ന
എല്ലാം കാണുന്ന കണ്ണുകൾകൊണ്ട്
അടയാളപ്പെടുത്തുന്നു
അളന്നു തിട്ടപ്പെടുത്തുന്നു
ഭാവിയിലെ
സഹകരണ സ്ഥാപനങ്ങൾ,
കട കമ്പോളങ്ങൾ
ഭരണസംവിധാനങ്ങൾ.
എന്നിട്ട് തിരികെവന്ന് അദ്ദേഹം
പാലത്തിന്മേലുള്ള ആ നില്പ് തുടരുന്നു.
വിളക്കുകൾ തെളിയുന്നു

മുന്നിൽ
പിറകിൽ
പാർശ്വങ്ങളിലും.

ഇപ്പോൾ മുതൽ
ക്രമികമായും
നിത്യേനയുമുള്ള
ഉപരോധങ്ങൾ തുടങ്ങും
അനധികൃത കൈയേറ്റങ്ങൾക്കും
മിന്നലാക്രമണങ്ങൾക്കും
പകരം ഞങ്ങൾ
തുടക്കത്തിൽ
ഒന്നു പിൻവാങ്ങി നില്ക്കുന്നു
വിവേകപൂർവ്വം, സമചിത്തതയോടെ.
നിന്ദിക്കപ്പെടുന്ന ഏതൊരാളും
മിണ്ടാതെ
ഒരു വാക്കുച്ചരിക്കാതെ വീണ്ടും മുന്നോട്ട്.
സേനാപിന്മാറ്റം പൂർണ്ണം.
ആർ സി പി (റകപാ) പണിക്കാർ
കപ്പലിൽ.

വാഴാൻ പോകുന്നത് നൂറ്റാണ്ടുകളോളം
പിന്നെ അവൾക്ക്,
കമ്യൂണിനു
ഒരു ദശാബ്ദമൊക്കെ എന്ത്!

വീണ്ടുംമുന്നോട്ട്
ഈ നെപ് ചതുപ്പൊക്കെ
ക്രമേണ ഭൂതകാലമാവും
നുറുമടങ്ങു സാവധാനം
നീങ്ങിയാണ്
പണിയുക.
ക്ഷമയോടെ
അതിനാൽത്തന്നെ
ലക്ഷക്കണക്കിനാണ്ട് ആയുസ്സുള്ളവയാവും
നമ്മുടെ മാളികകൾ

സ്വകാര്യസംരംഭങ്ങൾ
എന്ന പിന്തിരിപ്പൻ ഇടപാട്

നമ്മുടെ മുന്നേറ്റത്തിന്റെ
വേഗത്തെ തടസ്സപ്പെടുത്തുന്നുണ്ട്
എന്നാൽ
ലോകത്താകമാനം
ആഞ്ഞടിക്കാൻ പോകുന്ന
ഒരു പ്രക്ഷോഭക്കൊടുങ്കാറ്റിന്റെ
മുന്നോടിയായുള്ള
ആദ്യ മിന്നൽപ്പിണരൊളി
ഉരുണ്ടുകൂടുന്ന
മേഘക്കൂട്ടങ്ങൾക്കിടയിലൂടെ
ദൃശ്യപ്പെട്ടു തുടങ്ങിയിരിക്കുന്നു

പഴയശത്രുക്കൾ ഒഴിഞ്ഞ്
സ്ഥാനം
പുതിയവർക്ക്
കൈമാറിയിരിക്കുന്നു

എങ്കിലും കാക്കാം.
ലോകത്തിനുമേൽ ആകാശത്തിന്
നമ്മൾ തീപറ്റിക്കും
അവകാശങ്ങളെക്കുറിച്ചു
എഴുതിയെഴുതിയിരിക്കുന്നതിലും
നല്ലത്
എന്തെങ്കിലും ചെയ്യുന്നതുതന്നെ.

ഇന്ന്
ഡയറക്ടറുടെ ഓഫീസിലാവട്ടെ
പൊതുവുടമസ്ഥതാ ഫാക്ടറിയിൽ
ചക്രം കറക്കലാവട്ടെ
നമുക്കറിയാം
തൊഴിലാളിയാണ് ജേതാവെന്ന്.
ആ വിജയത്തിന്റെ ശില്പി ലെനിനാണ്.
കോംബഇന്റേൺമുതൽ
പുതുപുത്തൻ
കൊപ്പേക്കുകളിൽ
തിളങ്ങുന്ന
അരിവാൾ ചുറ്റികവരെ
നമ്മുടെ നേട്ടങ്ങൾ
ഉദ്യമങ്ങൾ ഒക്കെ

രണ്ടിരട്ടിയും പിന്നെ
മൂന്നിരട്ടിയുമാവുന്നു
താളുകൾ താളുകളായി
ലെനിന്റെ മഹത്തായ വിജയത്തിന്റെ
ചരിത്രം നിറയുന്നു.

വിപ്ലവം ജനങ്ങൾക്ക് പറഞ്ഞതാണ്
വ്യക്തിക്കുപരക്ഷേ,
എടുത്താൽ പൊങ്ങാത്ത ചുമടും.
എന്നിട്ടും ലെനിൻ
സമസ്ഥാനീയരിലും
ഏറെ മുന്നിൽ
പ്രധാനപ്പെട്ട സ്ഥാനത്തെത്തി
സ്വന്തം മനസ്സിന്റെ ആവേഗബലംകൊണ്ട്
സ്വന്തം ഇച്ഛാശേഷിയുടെ ഉരുക്കുറപ്പുകൊണ്ട്.

അദ്ദേഹത്തിന്റെ
പ്രവചനങ്ങളെ
സാക്ഷാൽക്കരിച്ചുകൊണ്ട്
രാഷ്ട്രങ്ങൾ
ഒന്നിനുപുറകെ ഒന്നായി
ഉണരുന്നു.
എല്ലാതരം മനുഷ്യരും
വെള്ളക്കാരോ
ഇരുണ്ടവരോ
കോംബഇന്റേൺ കൊടിക്കീഴിൽ
അണിചേരുന്നു.

സാമ്രാജ്യവാദികളും
ബൂർഷ്വാസികളും
കനംകുറഞ്ഞുവരുന്ന
അനുയായിവൃന്ദവുമായി
ജനത്തെനിരന്തരം ശല്യപ്പെടുത്തുകയും
അവരുടെ അധികാരം
നടപ്പാക്കാൻ നോക്കുകയും ചെയ്യുന്നു
ഒപ്പംലെനിന്റെ
മാനസപുത്രിക്ക്,
സോവിയറ്റ് റിപ്പബ്ലിക്കിന്
അവരുടെ തൊപ്പിയും തലപ്പാവുംപൊക്കി

ഉപചാരം പറയുകയും ചെയ്യുന്നു.

ധനികന്റെ കൗശലപ്പണികളും
കള്ളത്തരങ്ങളും
ഭയക്കേണ്ടതില്ലാത്ത
നമ്മുടെ എഞ്ചിൻ
ചുരുൾപ്പുക പറത്തിക്കൊണ്ട്
കൂടുതൽ വേഗത്തിൽ
പ്രയാണം തുടരുന്നു.

പെട്ടെന്ന്
പെട്ടെന്നാണ്
ഹൃദയംനുറുങ്ങിപ്പോകുന്ന
ആ വാർത്ത...

ലെനിന് മസ്തിഷ്കാഘാതം..

കണ്ണീരണിഞ്ഞ
ഒരു ബോൾഷെവിക്കിനെ
ഒരു മ്യൂസിയത്തിൽ
പ്രദർശനത്തിന് വച്ചാൽ
ദിവസംമുഴുവൻ ആളുകൂടും
അയാളെ കാണാൻ.
അതിൽ അതിശയവുമില്ല
അപൂർവ്വങ്ങളിൽ അപൂർവ്വമാണ്.
അങ്ങനെ ഒരുകാഴ്ച.

പോളിഷ് വോയ്വോഡുകൾ
അഞ്ചുമുനയുള്ള
നക്ഷത്രമുദ്രയുടെ ചാപ്പകുത്തിയിട്ടുണ്ട്
[45]മാമന്തോവിന്റെ കൊള്ളക്കൂട്ടം
ജീവനോടെ
കഴുത്തറ്റം മണ്ണിൽപുതച്ചിട്ടുണ്ട്
ജാപ്പാനീസ് കവർച്ചക്കാർ
എഞ്ചിൻ കരിയറയിൽ
തീയിൽ ദഹിപ്പിച്ചിട്ടുണ്ട്
ഉരുകിയ വെളുത്തീയം

45. Mamantov വെള്ളക്കാരനായ പട്ടാള ജനറൽ. ക്രൂരതയ്ക്ക് കുപ്രസിദ്ധൻ

കൊണ്ടു വായടച്ചിട്ടുണ്ട്
തുരുതുരെ വെടിയുണ്ട പായിച്ചു
ഭീഷണിപ്പെടുത്തിയിട്ടുണ്ട്.
അവര്‍ ആക്രോശിച്ചു,
'അതുവിട്ടേക്ക്'
പക്ഷേ,
നീറുന്ന അന്നനാളങ്ങളുടെ
നരക ദ്വാരങ്ങള്‍വഴി
പുറത്തുവന്നത്
ഇതൊന്നുമാത്രം
'കമ്യൂണിസം നീണാള്‍വാഴട്ടെ'

ജനുവരി 22
അവധി അവസാനിച്ചിരുന്നില്ല
സ്വന്തംശേഷിയും ശേമുഷിയും
സ്വയംഅറിയാത്ത
ഈ കാരിരുമ്പുകള്‍
ഈ ഉരുക്കുകള്‍
ഒന്നിന് പിറകെ ഒന്നായി
നിരനിരയായി
സോവിയറ്റ് കോണ്‍ഗ്രസിന്റെ
അഞ്ചുനിലക്കെട്ടിടത്തില്‍
ഒത്തുകൂടി

താഴെ
തറയില്‍ കുത്തിയിരുന്ന്
അവര്‍
തമാശ പറഞ്ഞും
ചിരിച്ചും.
എന്നാല്‍ ഗൗരവമുള്ള
അനന്തരകാര്യങ്ങളെക്കുറിച്ചും
ചര്‍ച്ചതുടങ്ങി
തുടങ്ങാറായല്ലോ!
അവരെന്താ തുടങ്ങാത്തത്?
ഇതെന്താ
പ്രസീഡിയത്തില്‍ ഈ ഒഴിവിടങ്ങള്‍?
ഇതെന്താ അവരുടെ കണ്ണുകള്‍
ചുവന്ന പട്ടുപോലെ?
നോക്ക്

[46]കലീനിനെ നോക്ക്
കാലുകൾ ഇടറുന്നു
എന്തെങ്കിലും അത്യാഹിതം?
എന്താവും...!!
മിണ്ടാതിരിക്കൂ.
അത് അദ്ദേഹമാണെങ്കിൽ..!?
ഏയ് അല്ലേയല്ല, അല്ല..

അണ്ടങ്കാക്ക കണക്കെ
കെട്ടിടത്തിന്റെ മേല്ക്കൂര
ഞങ്ങളെ റാഞ്ചാനെന്ന മട്ടിൽ.
താണുതാണു വന്നു
കുനിഞ്ഞ തലയോടെ
ഞങ്ങൾ ഭയന്നുനിലംപറ്റി.

ശരരാന്തലുകളിൽനിന്നുതിർന്ന്
ചുറ്റിലും
ആലോലമാടിയ
പ്രഭാവലയങ്ങളെ
വളരെപ്പെട്ടെന്ന്
ഒരുനിമിഷംകൊണ്ട്
കൂരിരുൾ ഗ്രസിച്ചു

അനാവശ്യമെന്ന
കുടമണിയൊച്ചകളെ
നിശ്ശബ്ദത സ്തംഭിപ്പിച്ചു.

മനശ്ശക്തി ഒന്നുകൊണ്ടു മാത്രം
എങ്ങനെയൊക്കെയോ
കലീനിൻ എണീറ്റു
താടിമീശയിലൂടെ,
മുഖച്ചുളിവുകളിലൂടെ
കണ്ണുനീർ.
ദുഃഖം ചവച്ചിറക്കൂ...
താടിയുടെ കൂർമ്മതയിൽ തിളങ്ങിനിന്ന്
കണ്ണീര്
അദ്ദേഹത്തെ വഞ്ചിക്കുന്നു.

---

46. Mikhail Ivanovich Kilanin ആൾറഷ്യസെൻട്രൽ എക്സിക്യൂട്ടിവ് കമ്മിറ്റി അധ്യക്ഷൻ.

ചോരക്കുഴലുകൾക്കുള്ളിൽ
തീയാളുന്നു
അത് അണയുമെന്ന പ്രതീക്ഷ
കെട്ടിരിക്കുന്നു.
കുഴങ്ങിപ്പോകുന്ന ചിന്തകൾ.
തമ്മിലടുക്കുന്ന
ഭിത്തികൾപോലെ
തല ഞെരുങ്ങിച്ചുരുങ്ങുന്നു

'ഇന്നലെ
വൈകിട്ട് 6.50 നു
സഖാവ് ലെനിൻ
അന്തരിച്ചു.'

******

യുഗങ്ങൾക്കുപോലും
കാണാൻ കഴിയാത്ത ഒരു കാഴ്ച
ആ വർഷംകണ്ടു.
ആ മഹാവ്യസനത്തിന്റെ കഥ
ആ ദിവസം
എന്നേക്കും
അതിന്റെ മിടിപ്പുകളിൽ
കരുതിവെക്കും.

ഭീതിയിൽ
ഞെങ്ങിഞെരുങ്ങിയ
ഒരു ആർത്തനാദം
ഇരുമ്പിൽ നിന്നുയർന്നു
ബോൾഷെവിക്കുകളുടെ നിരകൾ
ഗദ്ഗദത്തിരമാലകളിൽ
മുങ്ങിയൊലിച്ചുപോയി
ഈ ഭാരം താങ്ങാൻ വയ്യ
ഞങ്ങൾ സ്വന്തം ശരീരം
വലിച്ചിഴച്ചുനീങ്ങി
'വിശദവിവരങ്ങൾ അറിയണം'
എപ്പോൾ? എവിടെവെച്ച്?
നാശംപിടിക്കാൻ...
അവർ എന്തിനാണ്
ആ വാർത്ത മറയ്ക്കുന്നത്?

തെരുവിലൂടെ, ഇടവഴികളിലൂടെ
ധവളമായ ഒരു ശവമഞ്ചംപോലെ
ബോൽഷോയ് തിയറ്റർ നീന്തി.

സന്തോഷം,
അത് ഒച്ചിനെപ്പോലെയാണിഴയുക
എന്നാൽ ദുഃഖമോ
അതിനൊരിക്കലും
മെല്ലെപ്പോകാൻ വശമില്ല..

സൂര്യൻ പ്രകാശിച്ചില്ല
മഞ്ഞ് വിളറി മിന്നിയില്ല
ലോകമാസകലം
വർത്തമാനപത്രങ്ങളിൽ നിന്നുള്ള
കറുകറുത്ത മഞ്ഞിന്റെ
ശീതംവീണു
നനഞ്ഞു പോയിരിക്കുന്നു.

ഗിയറിനുമേൽ കുനിഞ്ഞുനിന്ന
തൊഴിലാളിക്കുനേരെ
വാർത്ത കുതിച്ചുചാടി
വെടിയുണ്ടകണക്ക് അതെറിഞ്ഞുകത്തി.
അവന്റെ പണിയായുധങ്ങൾക്കുമേൽ
ഒരു കോപ്പ കണ്ണീർ
തട്ടിമറിഞ്ഞെന്ന്.

കൃഷിക്കാരൻ,
ജീവിതംകൊണ്ട് പാകപ്പെട്ടയാൾ
ഉണങ്ങിച്ചുങ്ങിപ്പോയയാൾ
ഒന്നിലേറെത്തവണ മരണം
ഒരു ഞൊടിയിടയ്ക്കു കൈവിട്ടയാൾ
ഭാര്യക്കു മുഖംകൊടുക്കാതെനിന്നു.
എന്നിട്ടും അവളതുകണ്ടു
മുഷ്ടികൊണ്ട് അയാൾ തുടച്ചുകളഞ്ഞ
മുഖത്തെ അഴുക്ക്.

ചിലരുണ്ട്
ശിലയിലും കാഠിന്യമുള്ളവർ
തണുപ്പന്മാർ

അവർപോലും
പല്ലുകടിച്ചമർത്തി.
ചുണ്ടുകൾ
വക്രിച്ചുചേർത്തു.

കുട്ടികൾ ഒരു മിനിട്ടിൽ
ഗൗരവക്കാരായി മുതിർന്നുപോയി.
നരച്ച താടിക്കാർ
കുഞ്ഞുങ്ങളെപ്പോലെ കരഞ്ഞു.

വീശിയടിക്കുന്ന കാറ്റ്
ബഹളക്കാരി
താങ്ങാനാവാതെ
നിർന്നിദ്രമായ ശോകത്തിൽ തേങ്ങി

ഇവിടെ മോസ്കോയിൽ
തണുത്ത് മരവിച്ച മുറിയിൽ
പ്രതിഷ്ഠിക്കപ്പെട്ട്
അദ്ദേഹം.
വിപ്ലവത്തിന്റെ സന്താനം
പിതാവും.

അവസാനം
അവസാനം
അവസാനം

പ്രേരണകളൊക്കെയും
ഉപയോഗശൂന്യം

കനത്ത കണ്ണാടിച്ചില്ല്
അടിയിൽ
മരിച്ചൊരാൾ

അതു അദ്ദേഹമാണ്
പവലെറ്റ്സ്കി സ്റ്റേഷനിൽനിന്ന്
അതേ പട്ടണംവഴി,
പ്രഭുക്കന്മാരിൽനിന്നു അദ്ദേഹം
മോചിപ്പിച്ച അതേ പട്ടണംവഴി
അവർ ചുമന്നുചെല്ലുന്നത്

അദ്ദേഹത്തെത്തന്നെ.
തെരുവ്
കൂടുതൽക്കൂടുതൽ
ചീഞ്ഞുകൊണ്ടിരിക്കുന്ന
പുണ്ണുപോലെ.
അതിന്റെ വിങ്ങലുകളും നൊമ്പരങ്ങളും
അതിനെത്തന്നെ
വെട്ടിക്കീറുന്നു
ഛിന്നഭിന്നമാക്കുന്നു.

ഇവിടെ
ഓരോ ഉരുൾക്കല്ലിനും
അറിയാമായിരുന്നു ലെനിനെ.
ആദ്യ ഒക്ടോബർ ആക്രമണത്തിന്റെ
ചവിട്ടടിത്താളംകൊണ്ട്,
ലെനിൻ എന്ന വ്യക്തിയെ.

ഇവിടത്തെ ഓരോ കൊടിക്കൂറയിലും
ആലേഖനംചെയ്ത
മുദ്രാവാക്യങ്ങളുടെ
ഓരോ വാക്കും
ഓരോ വരിയും
ലെനിന്റെ ചിന്തകളിൽമാത്രം
ഉരുത്തിരിഞ്ഞവയായിരുന്നു

ഇവിടെ
ഓരോ ഗോപുരങ്ങളും
അദ്ദേഹത്തിന്റെ
വാഗ്ധോരണിയിൽ
കൈയടിച്ചിരുന്നു
ഉറപ്പോടെ
സഗൗരവം
അദ്ദേഹത്തെ
അനുധാവനം ചെയ്യുമായിരുന്നു.

പണിയാലകളിലും
കാര്യാലയങ്ങളിലും
ഒരുപോലെ
അദ്ദേഹം

സുപരിചിതൻ
അവർ അദ്ദേഹത്തിന്റെ
വഴിത്താരയിൽ
പൈൻവൃക്ഷശിഖരങ്ങൾപോലെ
താന്താങ്ങളുടെ ഹൃദയം
നിവർത്തി വിരിച്ചിട്ടു.

ഉറപ്പുള്ള വിജയപ്രവചനങ്ങൾകൊണ്ട്
അദ്ദേഹം അവരെ നയിച്ചു
അവരെ ഉരുക്കാക്കിത്തീർത്തു.

ഇതുംകാണുക.
തൊഴിലാളികൾ
അധികാരം കൈയാളിക്കഴിഞ്ഞു.

ഇവിടെ
കൃഷിക്കാരൻ
ഏതു പ്രിയജനത്തിനും അപ്പുറം
പ്രിയതരമെന്ന്
ലെനിന്റെ നാമം
കൂടുതൽ ഇറുകെ ചേർത്തണയ്ക്കുന്നു
പിതാമഹന്മാർ തൊട്ടുപുലർന്നത്
അടരാടി നശിച്ചത്,
ആ മോഹനസ്വപ്നം,
അവന്റെ കൃഷിയിടം
അവനു സ്വന്തമായത്
ലെനിന്റെ ആഹ്വാനങ്ങളാൽമാത്രം.

റെഡ്സ്ക്വയറിൽ
ശവക്കല്ലറകളിൽനിന്നും
കമ്യൂണറാഡുകളുടെ
സ്നേഹമന്ത്രണം ഉയരുന്നു
പ്രിയപ്പെട്ടവനേ,
ജീവിക്കുക....
ഇതിലുംമെച്ചമായി
ഒന്നും ഞങ്ങൾക്ക് വേണ്ട.
അത് സാദ്ധ്യമാവാൻ
ഇനിയും ഞങ്ങൾ
പത്തുവട്ടംകൂടി ഉയിർവെടിയാൻ തയ്യാർ.

ഞങ്ങള്‍ മരിച്ചും
അദ്ദേഹം ജീവിച്ചെഴുന്നേല്‍ക്കാന്‍
മാന്ത്രികനൊരാള്‍
ആ മന്ത്രവാക്കോതട്ടെ.

തെരുവിലെ ഒഴുക്കുകള്‍
നിറഞ്ഞു കരകവിയും
അവാച്യമായൊരു ആനന്ദാനുഭൂതിയില്‍
ആളുകള്‍ മരണത്തെ പുല്‍കും.
ഒരു മഹാത്ഭുതവും സംഭവിക്കാനില്ല
ലെനിന്‍
ലെനിനല്ലാതെ.

ആ ശവപ്പെട്ടി,
ഞങ്ങളുടെ കൂനിയൊടിഞ്ഞ ചുമലുകള്‍,
ഇയാള്‍ ഒരുമനുഷ്യനായിരുന്നു
മറ്റുള്ള എല്ലാവരെയുംപോലെ
ഒരുമനുഷ്യന്‍.
അതുകൊണ്ട് അതുതാങ്ങിയേ പറ്റൂ
മനുഷ്യനെ നീറ്റുന്ന ഈ കൊടിയവേദന.
ഇതിലും അമൂല്യമായ ചുമടുണ്ടോ?
ഈ മനുഷ്യമഹാസാഗരം
കുമ്പിട്ടുപോകുന്ന തോളുകളില്‍
വിങ്ങിയും വിതുമ്പിയും
ദീര്‍ഘദൂരം
ഒത്തു ചുമന്നുപോകുന്ന
ഈ ചുവന്ന ശവപ്പെട്ടിക്കപ്പുറം
വിലകൂടിയ ഭാരം
ഇതിനുമുന്‍പ് ഏത്?

നേതാക്കളുടെയും
അനന്തരാവകാശികളുടെയും.
അന്ത്യാഞ്ജലി
ഗാര്‍ഡോഫ് ഹോണര്‍
ബുദ്ധിവൈഭവത്തിന്
അസാമാന്യമായ കരുത്തിന്.

അതിനും എത്രയോ മുന്‍പ്
അക്ഷമരായ

ആൾക്കൂട്ടം
ചുറ്റുപാടും
തടിച്ചുകൂടി
1917 ലെ റൊട്ടിക്യൂപോലെ
അതേ നീളത്തിലും കനത്തിലും
ഒരു വിശപ്പിനാലും നയിക്കപ്പെടാതെ
തീറ്റ നാളെയുമാകാം
എന്നാൽ
ഈ കഠിനമായ
മരവിപ്പിക്കുന്ന ശൈത്യത്തിലും
നീണ്ടുനീണ്ട വരികളിലേക്കു
അവർ വന്നെത്തി
കുഞ്ഞുങ്ങൾ
വികലാംഗർ
ഒക്കെയും.
വഴിയുന്ന വിഷാദം
വഴിച്ചൂണ്ടിയവർ.
അവർ അണിനിരന്നു
നാട്ടിൻപുറവും നഗരവും ഒന്നിച്ച്,
കുട്ടികളും മുതിർന്നവരും
കൊടിയ ശോകത്തിന്റെ
പിടിവാശിത്തുമ്പിൽ
ഞാന്നെത്തിയവർ.
തൊഴിലാളികളുടെ ലോകം
പരേഡ്ചെയ്തു കടന്നുപോയി.
ലെനിന്റെ അസ്തിത്വത്തിന്റെ
ജീവനുള്ള സമഗ്രത.

മഞ്ഞിച്ച
മരങ്ങൾക്കിടയിലൂടെ
മുഖംകുനിച്ചു വീഴുന്ന
സൂര്യകിരണങ്ങൾ
അടികൊണ്ടടക്കം പഠിപ്പിച്ച
ചൈനക്കാരെപ്പോലെ
വിളറി മഞ്ഞച്ച്
പ്രതീക്ഷകളെച്ചൊല്ലി വിലപിച്ചും
ദുഃഖത്താൽ വിനമ്രങ്ങളായും
വീടുകളുടെ
മേല്ക്കൂരച്ചരിവുകളിലൂടെ
താഴേക്ക് പതിക്കുന്നു

രാത്രികൾ
മണിക്കൂറുകളുടെ ക്രമംതെറ്റിച്ചും
തീയതികൾ കുഴപ്പിച്ചും
പകൽച്ചുമലുകളിൽ
ചാടിക്കയറി വന്നെത്തി.
പഴയ
താരകാകീർണ്ണമായ
രാത്രികളേയല്ല അവ
പകരം
സ്റ്റേസിൽനിന്നും
ഇവിടെത്തി
ലെനിന്റെ മരണത്തിൽ
കണ്ണീരൊഴുക്കുന്ന
നീഗ്രോകളാണവ
എന്നുതോന്നി.

മഞ്ഞ്
മുൻപെങ്ങും കേട്ടുകേൾവിപോലും ഇല്ലാത്തത്
കാല്പാദങ്ങളിൽ തുളച്ചുകയറുന്നു.
എന്നിട്ടും
ആ കൂട്ടത്തിൽ ചേർന്ന്
ദിവസങ്ങൾ കഴിച്ചു.
കൈപ്പത്തികൾ കൂട്ടിത്തട്ടി
ചൂടുപിടിപ്പിക്കാൻ പോലും
ആരും ഒരുമ്പെടുന്നില്ല.

ഉറഞ്ഞുകനക്കുന്ന മഞ്ഞ്
അള്ളിപ്പിടിക്കുന്നു
ദണ്ഡിക്കുന്നു.
പരസ്പരസ്നേഹത്താൽ
പരിപക്വമായ
ഞങ്ങളുടെ ഇച്ഛാശക്തി
അളക്കാനെന്നപോലെ
ആൾക്കൂട്ടത്തെ മുറിച്ചു കയറുന്നു
അവരെ മരവിപ്പിക്കുന്നു
തൂണുകൾക്കു മറവിൽ നില്ക്കുന്നവർക്കിടയിലേക്ക്
നുഴഞ്ഞുകയറുന്നു

പടിക്കെട്ടുകൾ വികസിക്കുന്നു
ഒരു മഞ്ഞുതിട്ടയായി വളരുന്നു

നിശ്ശബ്ദത.
ഉച്ഛ്വാസനിശ്വാസങ്ങളും
നെടുവീർപ്പുകളും നിലയ്ക്കുന്നു.

ഇരുണ്ടഗാധമായ
ആ നാലടിഗർത്തം
എങ്ങനെ മറികടക്കാനാണ്?
കാൽക്കാശിന്റെ,
പെനിയുടെ യുക്തിയിൽനിന്നും
ഉരുവംകൊണ്ട്
യുഗങ്ങളിലൂടെ
തങ്കത്തിരുമേനിമാരുടെ
അടിമക്കൂട്ടങ്ങളായി
നാംവീണ ആ ആഴങ്ങൾ
അതിന്റെ അങ്ങേ വിളുമ്പിൽ
ഒരു ശവപ്പെട്ടി.
ലെനിനും.

കമ്യൂൺ
അതിന്റെ പ്രതാപത്തിന്റെ
ചുരുൾ വിടർത്തുകയാണ്.
ആകെ കാണാൻ കഴിഞ്ഞത്
ലെനിന്റെ നെറ്റിത്തടമാണ്
[47]നതേഷ്ദാ കൊന്സ്തൻതിനോവ്ന
എല്ലാംമൂടൽപോലെ
അവ്യക്തമായി.
ഒരുപക്ഷേ,
ഇത്ര തുളുമ്പിയില്ലായിരുന്നെങ്കിൽ
കണ്ണുകൾ കൂടുതൽ
കാണിച്ചുതന്നേനെ.
സന്തോഷദിനങ്ങളൊക്കെയും
കൂടുതൽതെളിച്ചമുള്ള കണ്ണിലൂടെയാണല്ലോ
ഞാൻ കണ്ടതും

ഒഴുകിയെത്തുന്ന കൊടിക്കുറകൾ
അന്ത്യോപചാരത്തിനായി കുനിഞ്ഞു.
കൈവീശുംപോലെ
പട്ടുകൊടികൾ ചാഞ്ചാടി.

47. ബോൾഷെവിക് നേതാവ്. വിദ്യാഭ്യാസ സൈദ്ധാന്തികൻ. ലെനിന്റെ പങ്കാളി.

പ്രിയ സഖാവേ,
മഹത്തായ ജീവിതത്തിൽനിന്നും
വിടപറഞ്ഞ്
അകന്നു മാറിപ്പോകുന്ന
അങ്ങേയ്ക്കു ശുഭയാത്ര.

ഭയങ്കരമാണ്.
കനത്ത ദുഃഖത്തിന്റെ
അനന്തവഴികളിലൂടെ
അന്ധമായ യാത്ര.
കണ്ണടയ്ക്കാം.
ഒരുമിനിറ്റ് നേരത്തേക്ക്
തികച്ചും വിശ്വാസയോഗ്യമായ
ഒരേയൊരു നേരിനെ
മുഖത്തോടുമുഖം കണ്ടതുപോലെ.

*****

എന്തൊരാനന്ദമാണ്
ഒരുചെറുതൂവലിനൊപ്പം
കനമില്ലാതെ ഉടൽ.
മാർച്ചിന്റെ താളക്കുത്തിനൊപ്പം
അനുനാദപ്പെട്ടങ്ങനെയങ്ങനെ
പൊങ്ങിപ്പൊങ്ങിപ്പാറുകയാണത്.

ഞാൻ അറിയുന്നു,
അത്രയുറപ്പാണെനിക്ക്
ഇനിഎന്റെയുള്ളിൽ
ഈ നിമിഷത്തിന്റെ ദീപ്തി
തിളങ്ങിത്തന്നെ
ചിരന്തനമായി
നിലനില്ക്കുമെന്ന്.

കണ്ണീരുപോലും പങ്കിട്ടെടുക്കുന്ന,
വർഗ്ഗബോധമുള്ള മനുഷ്യസഞ്ചയം
പവിത്രവും ഊർജ്ജസ്വലവുമായ
ഈ ഒത്തുചേരലാണത്.
ഈവിധമൊരു സംയോഗത്തിൽ
അതിന്റെ ഭാഗമാവുക
എത്ര ആഹ്ലാദദായകമായ അനുഭവം!

പതാകകൾ ഒന്നിന്നുപിറകെ ഒന്നായി
ചിറകൊതുക്കിത്തുടങ്ങുന്നു
വരുംകാല യുദ്ധങ്ങളിൽ
വീണ്ടും ഉയിർക്കാനായി,
ഞങ്ങൾ തന്നെ
പ്രിയസോദരാ..
അങ്ങയുടെ കണ്ണുകൾ
കഴുകൻകണ്ണുകൾ
തിരുമ്മിയടച്ചിരിക്കുന്നു..

തോളോട് തോൾചേർന്ന്
വീഴാതെ നില്ക്കാൻ ശ്രമിച്ച്
കറുപ്പിച്ച കൊടികളുമായി
ചുവന്നുകനക്കുന്ന
മിഴികളിൽ കണ്ണീർ മിന്നിച്ച്
ലെനിന്
അന്ത്യയാത്രാമൊഴി ആശംസിക്കാൻ
പതിഞ്ഞ, വേഗതകുറഞ്ഞ
പാദപാതങ്ങളോടെ
മോസോളിയത്തിലേക്ക്
എല്ലാവരും നടന്നെത്തുന്നു.
ശവമടക്കുചടങ്ങുകൾ
പുരോഗമിക്കുന്നു
വാചാപ്രസംഗങ്ങൾ ഒഴുകിവരുന്നു
പ്രസംഗിച്ചോട്ടെ
ദുരന്തം എന്തെന്നാൽ
ഒരൊറ്റമിനിട്ടാണ് ഉള്ളത്
ഒട്ടും തൃപ്തി തോന്നാത്ത
മതിവരാത്ത
ഒരു കാണലിൽ
അദ്ദേഹത്തെ
എങ്ങനെ കെട്ടിപ്പുണരാനാണ്

പുറത്തു
എല്ലാവരും അണിനിരക്കുന്നു
ഭയന്ന നോട്ടങ്ങൾ
മഞ്ഞുപറ്റി തിളങ്ങുന്ന
മച്ചിലേക്കു നീളുന്നു
എന്തു ഭ്രാന്തമായാണ്

[48]സ്പാസ്കയയിലെ
ഘടികാരക്കൈകള്‍
നൃത്തംവെക്കുന്നത്!
ഒരുമിനിട്ടും
കഴിഞ്ഞ കാല്‍മണിക്കൂറും
അവ കറങ്ങിത്തീര്‍ത്തിരിക്കുന്നു
മനുഷ്യകുലമേ...
ഈ വാര്‍ത്തയില്‍
ചലനം നിലച്ചവരാവുക
മൊഴിമുട്ടിയവരാവുക
ജീവനം
ചലനം
ശ്വസനം
ഒക്കെയും നിര്‍ത്തിവെക്കുക.
ഉയര്‍ത്തിയ ചുറ്റികയോടെ
നിങ്ങള്‍
തരിച്ചു നില്ക്കുക
ഭൂമി
കറക്കം നിര്‍ത്തി
കീഴ്നിലകളിലേക്കു വലിഞ്ഞു
ഉറഞ്ഞുപോകട്ടെ.

നിശ്ശബ്ദം.
ഏറ്റവും മഹാനായൊരു യോദ്ധാവിന്റെ അന്ത്യം.
പീരങ്കി തീതുപ്പി.
ഒരുപക്ഷേ, ഒരായിരമെണ്ണം
എന്നിട്ടും
അവിടെക്കൂടിയ
യാചകരുടെ തൊപ്പിക്കുള്ളിലെ
പെനികളുടെ കിലുക്കത്തിലും
താഴ്ന്നിരുന്നു ആ ഒച്ച.

നൊന്തുതളര്‍ന്ന്
പാതിമരവിച്ചും
കുറുകിയ കൃഷ്ണമണികളെ
വീണ്ടും ക്ലേശിപ്പിച്ചും
ശ്വാസം അടക്കിപ്പിടിച്ചും
ഞാന്‍ നില്ക്കുന്നു.

---

48. ക്രെംലിന്‍ക്ലോക്ക്

എനിക്കുമുന്നിൽ
കൊടിക്കൂറകളുടെ തിളക്കത്തിൽ
ഞാൻ കാണുന്നു
മരണംപോലെ ചലനമറ്റ്
ഇരുണ്ടുയർന്ന ഭൂഗോളം
അതിൽ
ഈ ശവപ്പെട്ടി
മനുഷ്യരാശിയാൽ ദുഃഖം ആചരിക്കപ്പെട്ട്
നമുക്കൊപ്പം
നമുക്ക് ചുറ്റും
അവരുടെ
പ്രതിനിധികൾ.
ഈ ദിനം
അടിസ്ഥാനമിട്ട ചെയ്തികളൊക്കെയും.
കലാപങ്ങളൊക്കെയും
നടപ്പാക്കാനും മുഴുമിക്കാനുമുള്ള
നിശ്ചയദാർഢ്യത്തോടെ
കൊടുങ്കാറ്റിന്റെ നടുവിൽ അവരും

*****

ഇപ്പോൾ
പക്ഷേ,
കുമ്പിടുന്ന കൊടികളുടെ
ചുവന്ന കമാനത്തിലൂടെ
[49]മുറാലോവിന്റെ ശബ്ദം.

'അണിയായ് അണിയായ്
മുന്നോട്ട്'
അത്രയ്ക്കനുയോജ്യം
സന്ദർഭോചിതം

അതുപറയേണ്ടതില്ലെങ്കിലും
ശ്വാസം ആഞ്ഞുവലിച്ച്
അസാധാരണമാംവിധം
സമനിലകൈവരിച്ച്
കാരീയത്തിന്റെ ശരീരങ്ങളെ
ഞങ്ങൾ

49. എൻ ഐ മുറലോവ്. അപ്പോൾ മോസ്കോമിലിറ്ററി ഡിസ്ട്രിക്റ്റ് കമാണ്ടർ

പാടുപെട്ടു
മുന്നോട്ടുനയിച്ചു.
ചത്വരത്തിൽനിന്നും
കാലടികൾ
പറിച്ചു മുന്നോട്ടുവെച്ചു.
തലയ്ക്കുമുകളിൽ
ഉറച്ച നേർക്കരങ്ങളിൽ
കൊടിക്കൂറകൾ
എങ്ങനെ വേണമോ
അങ്ങനെതന്നെ
ഉയർന്നുപാറി
മാർച്ചുചെയ്യുന്ന നിരകളിൽ
ഒരു ഊർജ്ജം പടർന്നു.
ഈ ലോകത്തേക്കു മുഴുവനുമായുള്ള
ഒരൊറ്റ ചിന്തയേന്തിക്കൊണ്ട്
വർത്തുളാകൃതിയിൽ പ്രസരിക്കുന്ന ഒന്ന്.
ഒരു ചിന്ത
ലോകത്തെക്കുറിച്ചുള്ള പൊതുവായ
ഉൽക്കണ്ഠകളിൽനിന്നും മാത്രം
ഉരുത്തിരിയുന്ന ഒന്ന്..
പട്ടാളത്തിൽ,
പണിയാലയിൽ,
പാടത്തും
അഗ്നിയായി
എന്നെന്നും ജ്വലിക്കുന്ന ഒന്ന്.

ലെനിനെക്കൂടാതെ മുന്നോട്ട്.
റിപ്പബ്ലിക്കിന് അതു ദുസ്സഹംതന്നെ.
പകരംവെക്കാൻ ഒരാൾ
പക്ഷേ, ആര്? എങ്ങനെ?

സെക്രട്ടറി സഖാവേ
മൂട്ടക്കിടക്കയിലെ
മയക്കം വിട്ടൊന്നുണരണേ..
ദാ, ഇതാണ് ഞങ്ങളുടെ നിവേദനം
പാർട്ടി അംഗത്വപ്പട്ടികയിൽ
ഫാക്ടറികളുടെ
പേരുകളൊക്കെയും ചേർക്കുക

പല്ലുഞെരിച്ചുകൊണ്ട്
ഇതു കാണുന്ന
ബൂർഷ്വാസികളുടെ
ഇറച്ചിക്കൊഴുപ്പിൽ നിന്നുള്ള
തണുത്ത വിയർപ്പ്
ചാലിട്ടൊഴുകുന്നു

പണിത്തട്ടിൽനിന്നും നേരിട്ടെത്തിയ
നാലുലക്ഷം പണിയാളുകൾ!
ഇതിലും പുതുപുത്തനായ
ഒരുപുഷ്പചക്രം
ലെനിന് സമർപ്പിക്കാൻ
പാർട്ടിക്കാവുമോ?

സെക്രട്ടറിസഖാവേ,
എവിടെ താങ്കളുടെപേന?
പകരംവെക്കുക എന്നാൽ
പകരംവെക്കുക എന്നുതന്നെ
വാക്കുകളെ എന്തിനു ധാരാളിക്കുന്നു?
ഇനിയിപ്പോൾ
എനിക്ക് വയസ്സായെന്നാണെങ്കിൽ
ഇതാ എന്റെചെറുമകൻ
ഒരു *വൈസിഎൽകാരൻ[50]
ഇളം കിളികളിൽ ഒന്ന്.

****

എന്റെ
നാവികപ്പടയാളികളേ,
ഇനി നീങ്ങാം
മുങ്ങിക്കപ്പൽപ്പൊട്ടുകളേ,
നിങ്ങളുടെ ദൗത്യത്തിലേക്ക് മടങ്ങാം

'കടലുകൾക്കുമപ്പുറം
സാഗരങ്ങൾക്കപ്പുറം
യാത്രചെയ്തു പോകുവോർ
ഉല്ലാസികൾ നാവികർ'

50. യുവ കമ്യൂണിസ്റ്റ് ലീഗ് Y C L The all union Leninist Young Communist League. The Comsomol.

ഹേ സൂര്യാ!
ഒന്നുവേഗമാകട്ടെ
വരിക,
സാക്ഷിയാവുക.
ഞങ്ങളുടെ മുഖത്തെ
വിലാപച്ചുളിവുകളെ നീർത്തുക.
അച്ഛനമ്മമാരൊത്തുള്ള കുഞ്ഞുങ്ങൾ
ബ്യൂഗിൾ വായിച്ച്
കാലത്തേ തന്നെ തെമ്പുകാണിക്കുന്നു
ട്രാ..റ്റാറ്റാറ്റാ...

'ഒന്നേ രണ്ടേ മൂന്ന്
ഞങ്ങളഗ്രഗാമികൾ..
ഫാസിസത്തെ പേടിയില്ല
വന്നവരിതു കാണട്ടെ'

പഴഞ്ചൻ യൂറോപ്പ്
ഒരു കൊടിച്ചിപ്പട്ടിയെപ്പോലെ
വൃഥാ മുരളുന്നു.

തിരിഞ്ഞുനോക്ക്
ഞങ്ങൾ അവളെ താക്കീതുചെയ്യുന്നു
കുറേക്കൂടി വകതിരിവ് കാണിക്ക്.

ലെനിന്റെ മരണംതന്നെ
ഏറ്റവും മഹാനായ
കമ്യൂണിസ്റ്റ് സംഘാടകനായിരിക്കുന്നു.

ലോകത്താകമാനമുള്ള
ഫാക്ടറിക്കാടുകൾക്കുമേൽ,
ഒരു ഭീമൻ കൊടിക്കൂറയായി
ലക്ഷം ലക്ഷം കരങ്ങൾ
ഒന്നായി വിളക്കിച്ചേർത്ത
റെഡ്സ്ക്വയർ!
വിശാലതയിൽ
വ്യാപ്തിയിൽ
അതുയർന്നു പാറുന്നു.

അതിന്റെ ഓരോ മടക്കിൽനിന്നും
ലെനിൻ
എന്നത്തേയുംപോലെ
ജീവസ്സുറ്റ മുഖത്തോടെ
ഉച്ചത്തിൽ ആഹ്വാനംചെയ്യുന്നു.
'തൊഴിലാളികളേ
അവസാനത്തെ തിരിച്ചടിക്കു തയ്യാറാവിൻ
അടിമക്കൂട്ടങ്ങളേ
മുട്ടും നട്ടെല്ലും
നിവർത്തി നില്ക്കിൻ
തൊഴിലാളിപ്പട്ടാളക്കാരേ
സംഘശക്തിയിൽ
ഉണർന്നുയരുവിൻ
വിപ്ലവം നീണാൾ വാഴട്ടെ
അതിവേഗമത് വിജയിക്കട്ടെ
ചരിത്രത്തിൽ ഇടംപിടിച്ച
എല്ലാ യുദ്ധങ്ങളിലുംവെച്ച്
ഏറ്റവും മഹത്തായതും
ഏറ്റവും നീതിപൂർവ്വവുമായ
യുദ്ധം.'

# III

## മാർക്സിസത്തിന്റെ മൂന്ന് ഉറവിടങ്ങളും മൂന്നു ഘടകങ്ങളും

### ലെനിൻ

**മാ**ർക്സിസത്തെ വിനാശകാരിയായ ചിന്താപദ്ധതിയായി കണക്കാക്കുന്ന പരിഷ്കൃത ലോകത്താകെ മാർക്സിന്റെ അനുശാസനങ്ങൾ ബൂർഷ്വാ ശാസ്ത്രങ്ങൾക്കു (ഔദ്യോഗികവും ലിബറലും) നേരെ കടുത്ത ശത്രുതയും വെറുപ്പും സൃഷ്ടിച്ചിരിക്കുന്നു. പക്ഷപാതിത്വപരമല്ലാത്ത ഒരു സാമൂഹ്യശാസ്ത്രവും വർഗ്ഗ സമരാധിഷ്ഠിതമായ ആ സമൂഹത്തിൽ നിലനില്ക്കുന്നില്ല എന്നതിനാൽ മറ്റൊരു സമീപനവും പ്രതീക്ഷിക്കേണ്ടതില്ലല്ലോ. ഒരു രൂപത്തിലല്ലെങ്കിൽ മറ്റൊരു രൂപത്തിൽ ഔദ്യോഗികമോ ലിബറലോ ആയ എല്ലാ ശാസ്ത്രങ്ങളും കൂലി അടിമത്തത്തെ ന്യായീകരിക്കുന്നവയാണ്. എന്നാൽ മാർക്സിസമോ ആ അടിമത്തത്തിനെതിരെ സന്ധിയില്ലാത്ത യുദ്ധം പ്രഖ്യാപിച്ചിട്ടുള്ള ചിന്താ പദ്ധതിയുമാണ്. കൂലിഅടിമത്തവും നിലനില്ക്കുന്ന സമൂഹത്തിൽ ശാസ്ത്രം നിഷ്പക്ഷമായിരിക്കും എന്നു പ്രതീക്ഷിക്കുന്നത് മൂലധനത്തിൽ നിന്നുള്ള ലാഭം വെട്ടിക്കുറച്ച് തൊഴിലാളികളുടെ കൂലി വർദ്ധിപ്പിച്ചുകൂടേയെന്ന് ഉല്പാദകരോട് ചോദിക്കുംപോലെ നിഷ്കളങ്കമായ ഒരുചോദ്യമായിപ്പോവും. ഇതു മാത്രമല്ല സങ്കുചിതത്വമുള്ളതും കാഠിന്യമേറിയതുമായ തത്ത്വശാസ്ത്രമാണ് മാർക്സിസം എന്നയർത്ഥത്തിൽ അതിനുള്ളിൽ 'വിഭാഗീയ ചിന്താഗതി'കളുടെ പ്രതിരൂപത്തിലുള്ള ഒന്നിനും ഇടമുണ്ടാവുകയില്ലെന്ന് തത്ത്വശാസ്ത്രത്തിന്റെയും സാമൂഹ്യശാസ്ത്രത്തിന്റെയും ചരിത്രം നമുക്ക് വ്യക്തതയോടെ കാട്ടിത്തരുന്നു. ലോകനാഗരികതകളുടെ വികാസ പന്ഥാവിനു പുറത്തുനിന്നും ഉദയം ചെയ്ത ഒന്നാണ് മാർക്സിസമെന്നും ഈ 'പരിഷ്കൃതലോകം' പറയുന്നു. എന്നാൽ ഇതിൽനിന്നെല്ലാം തികച്ചും വിഭിന്നമാണ് മാർക്സിസം. മനുഷ്യരാശിയുടെ ഏറ്റവും മുൻനിരയിൽ നിലകൊണ്ടിരുന്ന ബൗദ്ധിക മനസ്സുകൾ ഉയർത്തിയിരുന്ന ചോദ്യങ്ങൾക്ക് കൃത്യമായ ഉത്തരം നല്കി എന്നിടത്താണ് മാർക്സിന്റെ പ്രതിഭ നിലകൊള്ളുന്നത്. തത്ത്വ

ശാസ്ത്രത്തിന്റെയും അർത്ഥശാസ്ത്രത്തിന്റെയും സോഷ്യലിസത്തിന്റെയും മഹാന്മാരായ പ്രതിനിധികളുടെ പഠനങ്ങളുടെ നേർ തുടർച്ച എന്ന നിലയിലാണ് മാർക്സിന്റെ ചിന്തകൾ ഉദയം ചെയ്തത്.

മാർക്സിന്റെ ചിന്തകൾ പ്രബലമാണ്. കാരണം അതു സത്യമാണ്. അത് സകലതിനേയും ഉൾക്കൊള്ളാൻ ശേഷിയുള്ളതും സ്വരച്ചേർച്ചയുള്ളതും മനുഷ്യർക്ക് സമ്പൂർണ്ണമായ ലോകവീക്ഷണം പ്രദാനം ചെയ്യുന്നതും അന്ധവിശ്വാസം, പിന്തിരിപ്പൻ നിലപാടുകൾ, ബൂർഷ്വാ അടിച്ചമർത്തലുകൾ, എന്നിവയുമായി ഒരുതരത്തിലും വിട്ടുവീഴ്ച ചെയ്യാത്തതുമാണ്. പത്തൊൻപതാം നൂറ്റാണ്ടിലെ ജർമ്മൻ തത്ത്വശാസ്ത്രം, ഇംഗ്ലീഷ് അർത്ഥശാസ്ത്രം, ഫ്രഞ്ച് സോഷ്യലിസം എന്നിവ സൃഷ്ടിച്ച ഏറ്റവും നല്ല മനുഷ്യരുടെ അവകാശികളെയാണത് പ്രതിനിധാനം ചെയ്യുന്നത്.

ഇതാണ് മാർക്സിസത്തിന്റെ മൂന്ന് ഉറവിടങ്ങൾ. അവ മാർക്സിസത്തിന്റെ മൂന്നു ഘടകങ്ങളുമാണ്. അതിനെക്കുറിച്ചാണ് ഇവിടെ ചുരുക്കി വിശദീകരിക്കാൻ നോക്കുന്നത്.

# I

മാർക്സിസ്റ്റ് ദർശനം ഭൗതികവാദമാണ്. ആധുനിക യൂറോപ്പിന്റെ ചരിത്രത്തിലാകെ പ്രത്യേകിച്ച് പത്തൊമ്പതാം നൂറ്റാണ്ടിന്റെ ഒടുവിലെ ഫ്രാൻസിൽ മദ്ധ്യകാല ജീർണ്ണതകൾക്കും സ്ഥാപനങ്ങൾക്കും ആശയങ്ങൾക്കും ഉള്ളിൽ നടമാടിയ അടിയായ്മയ്ക്കും എതിരെ ധീരമായ പോരാട്ടങ്ങൾ നടന്നു. ആ പോരാട്ടങ്ങളിൽനിന്നും സകലമാന കാപട്യങ്ങൾക്കും അന്ധവിശ്വാസങ്ങൾക്കും എതിരായി ശാസ്ത്രതത്ത്വങ്ങൾ ഉയർത്തിപ്പിടിക്കുന്ന ഏക ദർശനം ഭൗതികവാദമാണെന്നു തെളിഞ്ഞു. അതുകൊണ്ടു തന്നെ ജനാധിപത്യത്തിന്റെ ശത്രുക്കൾ എക്കാലത്തും അവരുടെ ശക്തി മുഴുവൻ ഭൗതികവാദത്തെ തുരങ്കം വയ്ക്കാനും അപകീർത്തിപ്പെടുത്താനും ശ്രമിച്ചുപോന്നു. അവർ ആശയവാദപരമായ ദർശനങ്ങളുടെ വിവിധ രൂപങ്ങൾക്കുവേണ്ടി ശക്തിയായി വാദിച്ചു. ആ ദർശനങ്ങൾ എല്ലാം തന്നെ ഒരു രൂപത്തിൽ അല്ലെങ്കിൽ മറ്റൊരു രൂപത്തിൽ മതത്തെ പിന്തുണയ്ക്കുന്നതോ സംരക്ഷിക്കുന്നതോ ആയിരുന്നു.

മാർക്സും എംഗൽസും ഭൗതികവാദ ദർശനത്തെ ശക്തിയായി പ്രതിരോധിച്ചു. ഭൗതികവാദ അടിത്തറയിൽ നിന്നുമുള്ള ഏതു വ്യതിചലനവും എത്രമാത്രം തെറ്റാണെന്ന് അവർ വീണ്ടും വീണ്ടും വിശദീകരിക്കുകയും ചെയ്തു. അവരുടെ ഈ നിലപാടുകൾ എംഗൽസിന്റെ *ലുഡ്‌വിഗ് ഫെയർബാഗും ജർമ്മൻ ക്ലാസിക്കൽ തത്ത്വശാസ്ത്രത്തിന്റെ അന്ത്യവും, ആന്റി ഡ്യൂറിങ്* എന്നീ കൃതികളിൽ വ്യക്തമായി വിശദീകരിക്കുന്നുണ്ട്. ഈ രണ്ടു കൃതികളും വർഗ്ഗബോധമുള്ള ഏതൊരു തൊഴിലാളിക്കും *കമ്യൂണിസ്റ്റ് മാനിഫെസ്റ്റോ* പോലെത്തന്നെ പ്രാധാന്യമുള്ളവയാണ്.

എന്നാൽ മാർക്സ് പതിനെട്ടാം നൂറ്റാണ്ടിലെ ഭൗതികവാദത്തിൽ നില

യുറപ്പിക്കുകയായിരുന്നില്ല. അദ്ദേഹം ജർമ്മൻ ക്ലാസിക്കൽ തത്ത്വശാസ്ത്ര ത്തെ ഹെഗലിന്റെയും ഫെയർബാഗിന്റെയും തത്ത്വശാസ്ത്രത്തിന്റെയും നേട്ടങ്ങൾ കൂടി ഉൾച്ചേർന്ന് പുഷ്ടിപ്പെടുത്തി തത്ത്വശാസ്ത്രത്തെ അടു ത്തൊരു ഘട്ടത്തിലേക്കു ഉയർത്തിയെടുത്തു. അതിൽനിന്നുമുണ്ടായ നേട്ട മാണ് വൈരുദ്ധ്യാത്മകവാദം. അതായത് വികാസത്തെ സംബന്ധിച്ച പൂർണ്ണമായതും ആഴമേറിയതും ഏറ്റവും സമഗ്രമായതുമായ സിദ്ധാന്തം. മനുഷ്യജ്ഞാനത്തിന്റെ ആപേക്ഷികത സംബന്ധിച്ച സിദ്ധാന്തം അനന്തമായി വികസിക്കുന്ന ദ്രവ്യത്തെപ്പറ്റി നമുക്ക് ധാരണ നല്കുന്നു. തങ്ങളുടെ പഴകി ദ്രവിച്ച ആശയവാദത്തിന്റെ പുതിയ അവതാരങ്ങളുമായി ബൂർഷ്വാ തത്ത്വശാസ്ത്രജ്ഞർ അത്യദ്ധ്വാനം ചെയ്തിട്ടും. ശാസ്ത്രത്തി ലുണ്ടായിട്ടുള്ള ഏറ്റവും പുതിയ കണ്ടുപിടുത്തങ്ങൾ - റേഡിയം, ഇല ക്ട്രോൺ, മൂലകങ്ങളുടെ ദ്രവ്യാന്തരത്വം - മാർക്സിന്റെ വൈരുദ്ധ്യാധി ഷ്ഠിത ഭൗതികവാദത്തെ ഉറപ്പിക്കുന്നു.

ഭൗതികവാദ ദർശനത്തെ മാർക്സ് ആഴമേറിയതും പരിപൂർണ്ണമായി വികസിച്ചതുമാക്കി. പ്രകൃതിയെപ്പറ്റിയുള്ള അവബോധമെന്നാൽ മനുഷ്യ സമൂഹത്തെപ്പറ്റിയുള്ള അവബോധം കൂടിയാണെന്ന ധാരണ വിപുലമാ ക്കി. ശാസ്ത്രീയ ചിന്താമണ്ഡലത്തിലുണ്ടാക്കിയ മഹത്തായ നേട്ടമാണ് മാർക്സിന്റെ ചരിത്രപരമായ ഭൗതികവാദം. ചരിത്രത്തെയും രാഷ്ട്രീയ ത്തെയും സംബന്ധിച്ച വീക്ഷണങ്ങൾക്കുമേൽ ആധിപത്യം പുലർത്തി യിരുന്ന തർക്ക കോലാഹലങ്ങൾക്ക് അറുതി വരുത്താനും ആ സ്ഥാനത്ത് അവിഭാജ്യവും യോജിപ്പാർന്നതുമായ ശാസ്ത്രീയസിദ്ധാന്തം സ്ഥാപി ക്കാനും മാർക്സിനുകഴിഞ്ഞു. ഉല്പാദനശക്തികളുടെ വളർച്ചയെത്തു ടർന്ന് ഒരു സാമൂഹ്യ വ്യവസ്ഥയ്ക്ക് ഉള്ളിൽനിന്നും കുറെക്കൂടി ഉയർന്ന മറ്റൊരു സാമൂഹ്യ വ്യവസ്ഥ എങ്ങനെയാണ് വികസിച്ചുവരുന്നതെന്ന് - ഉദാഹരണത്തിന് ഫ്യൂഡലിസത്തിനുള്ളിൽനിന്നും എപ്രകാരമാണ് മുത ലാളിത്തം വളർന്നുവരുന്നതെന്ന് മാർക്സ് കാട്ടിത്തന്നു.

മനുഷ്യജ്ഞാനം പ്രകൃതിയെ (അതായത് വികസിച്ചുകൊണ്ടിരിക്കുന്ന ദ്രവ്യത്തെ) പ്രതിഫലിപ്പിക്കുമ്പോൾ തന്നെ പ്രകൃതി അവനിൽനിന്നും സ്വതന്ത്രമായും നിലകൊള്ളുന്നു. അതുപോലെത്തന്നെ മനുഷ്യന്റെ സാമൂ ഹ്യജ്ഞാനം (രാഷ്ട്രീയവും മതപരവും തത്ത്വശാസ്ത്രപരവുമായ അതിന്റെ വിവിധ വീക്ഷണങ്ങളും സിദ്ധാന്തങ്ങളും) ആ സമൂഹത്തിന്റെ സാമ്പത്തിക വ്യവസ്ഥിതിയെയും പ്രതിഫലിപ്പിക്കും. രാഷ്ട്രീയ സംവിധാനങ്ങൾ സാമ്പ ത്തിക അടിത്തറമേലുള്ള മേല്പുരയാണ്. ഉദാഹരണത്തിന്, ആധുനിക യൂറോപ്യൻ രാജ്യങ്ങളിലെ വിവിധ രാഷ്ട്രീയ സംവിധാനങ്ങൾ തൊഴിലാ ളിവർഗ്ഗത്തിനു മേൽ ബൂർഷ്വാസിയുടെ അധീശത്വത്തെ ശക്തിപ്പെടുത്തു വാൻ സഹായിക്കുന്നവയാണെന്ന് നമുക്ക് കാണാനാവും. മാർക്സിന്റെ തത്ത്വശാസ്ത്രം മാനവരാശിക്ക്, പ്രത്യേകിച്ച് തൊഴിലാളിവർഗ്ഗത്തിന് ശക്ത മായ അറിവിന്റെ ആയുധങ്ങൾ നല്കിയ പരിപക്വമായ ഭൗതിക തത്ത്വ ശാസ്ത്രമാണ്.

# II

സാമ്പത്തിക വ്യവസ്ഥയുടെ അടിത്തറയിന്മേലാണ് രാഷ്ട്രീയ ഉപരി ഘടന പടുത്തുയർത്തിയിട്ടുള്ളത് എന്ന വസ്തുത അംഗീകരിച്ച ശേഷം മാർക്സ് തന്റെ ശ്രദ്ധ പതിപ്പിച്ചത് സാമ്പത്തിക വ്യവസ്ഥയെപ്പറ്റി ആഴ ത്തിൽ പഠിക്കുവാനാണ്. മാർക്സിന്റെ ഏറ്റവും പ്രധാനപ്പെട്ട രചനയായ *മൂലധനം* ആധുനിക സാമ്പത്തിക വ്യവസ്ഥയെപ്പറ്റിയുള്ള അതായത് മുത ലാളിത്ത സമൂഹത്തെപ്പറ്റിയുള്ള പഠനമാണ്.

മാർക്സിനു മുമ്പുള്ള ക്ലാസിക്കൽ അർത്ഥശാസ്ത്രം മുതലാളിത്ത രാജ്യങ്ങളിൽ വച്ച് ഏറ്റവും വികസിത രാജ്യമായ ഇംഗ്ലണ്ടിലാണ് ആവിർഭ വിച്ചത്. ആഡംസ്മിത്ത്, ഡേവിഡ് റിക്കാർഡോ തുടങ്ങിയവർ സമ്പദ് വ്യവ സ്ഥയെക്കുറിച്ചുള്ള തങ്ങളുടെ അന്വേഷണങ്ങളിലൂടെ തൊഴിലിന്റെ മൂല്യം സംബന്ധിച്ച സിദ്ധാന്തത്തിന് അടിത്തറയിട്ടു. അവരുടെ സിദ്ധാന്തങ്ങളെ മുൻനിർത്തി മാർക്സ് പഠനം തുടരുകയും ആ സിദ്ധാന്തത്തിന് തെളിവു കൾ നല്കി. അതിനെ നിരന്തരം വികസിപ്പിക്കുകയും ചെയ്തു. എല്ലാ ചരക്കുകളുടെയും മൂല്യം നിർണ്ണയിക്കുന്നത് അതിന്റെ ഉല്പാദനത്തിനായി ചെലവിട്ട, സാമൂഹ്യമായി ആവശ്യമുള്ള, അദ്ധ്വാന സമയമാണെന്ന് മാർക്സ് കാട്ടിത്തന്നു.

ബൂർഷ്വാ അർത്ഥശാസ്ത്രജ്ഞർ വസ്തുക്കൾ തമ്മിലുള്ള ബന്ധം (ഒരു ചരക്ക് മറ്റൊന്നിനു പകരമായി കൈമാറുന്നത്) കണ്ടപ്പോൾ മാർക്സ് അതിലുള്ള മനുഷ്യർ തമ്മിലുള്ള ബന്ധമാണ് വെളിപ്പെടുത്തിയത്. ചര ക്കുകളുടെ വിനിമയം കമ്പോളം വഴി വ്യക്തിഗത ഉല്പാദകൻ തമ്മിൽ സ്ഥാപിക്കുന്ന ബന്ധത്തെ വെളിപ്പെടുത്തുന്നു. പണം ഈ ബന്ധത്തെ കൂടുതൽ കൂടുതൽ ദൃഢമാക്കുന്നതിനെ സൂചിപ്പിക്കുകയും വ്യക്തിഗത ഉല്പാദകരുടെ സാമ്പത്തിക ജീവിതമാകെ വേർപെടുത്താനാവാത്ത വിധം ഒന്നായിത്തീർക്കുകയും ചെയ്യുന്നു. ഈ ബന്ധത്തിന്റെ അടുത്ത വികാസ ഘട്ടത്തെയാണ് മൂലധനം അർത്ഥമാക്കുന്നത്. അതായത് മനുഷ്യാദ്ധ്വാനം ഒരു ചരക്കായിത്തീരുന്നു. കൂലിക്കായി ജോലി ചെയ്യുന്ന ഒരു തൊഴിലാളി തന്റെ അദ്ധ്വാന ശക്തി ഭൂവുടമയ്ക്കോ ഫാക്ടറിക്കോ ഉല്പാദനോപകര ണങ്ങളുടെ നിർമ്മാണത്തിനോ വില്ക്കുന്നു. ഒരു തൊഴിലാളി തന്റെ ഒരു ദിവസത്തെ അദ്ധ്വാനത്തിന്റെ ഒരു പങ്ക് തന്നെയും തന്റെ കുടുംബത്തെയും നിലനിർത്താനുള്ള ചെലവിനായി വിനിയോഗിക്കുമ്പോൾ (കൂലി) മറ്റേ പങ്ക് പ്രതിഫലമില്ലാതെ നിർവ്വഹിക്കുന്നു. അതാണ് മുതലാളിക്കായി സൃഷ്ടി ക്കുന്ന മിച്ചമൂല്യം. അതാണ് ലാഭത്തിന്റെയും മുതലാളിവർഗ്ഗത്തിന്റെ സമ്പ ത്തിന്റെയും ഉറവിടം.

മാർക്സിന്റെ സാമ്പത്തിക തത്ത്വങ്ങളുടെതിന്റെ മൂലക്കല്ലാണ് മിച്ച മൂല്യ സിദ്ധാന്തം.

തൊഴിലാളികളുടെ അദ്ധ്വാനത്താൽ സൃഷ്ടിക്കപ്പെട്ട മൂലധനം അവനെ തകർത്തുതരിപ്പണമാക്കി, ചെറുകിട മുതലാളിമാരെ നശിപ്പിച്ച് തൊഴിലി

ല്ലാപ്പടയെ സൃഷ്ടിക്കുന്നു. വ്യാവസായിക മേഖലയിൽ വൻകിട ഉല്പാദനം വിജയക്കൊടി പാറിച്ചുകഴിഞ്ഞു. ഇതേ പ്രതിഭാസം കാർഷിക മേഖലയിലും ദൃശ്യമാണ്. ആ മേഖലയിൽ വൻകിട മുതലാളിത്ത ഉല്പാദനം വിപുലമായിട്ടുണ്ട്. യന്ത്രസാമഗ്രികളുടെ ഉപയോഗം വർദ്ധിച്ചുവരുന്നു. ധന മൂലധനത്തിന്റെ കെണിയിൽപ്പെട്ട ചെറുകിട കാർഷിക സമ്പദ് വ്യവസ്ഥ സാങ്കേതിക വിദ്യയിലുള്ള പിന്നാക്കാവസ്ഥകാരണം തകർച്ചയെ നേരിടുന്നു. കാർഷികവൃത്തിയുടെ വിവിധ മണ്ഡലങ്ങളിലുള്ള ചെറുകിട ഉല്പാദനം ഭിന്നരൂപങ്ങളിൽ പ്രത്യക്ഷമാകുമ്പോൾത്തന്നെ അതിന്റെ തകർച്ച സംഭവിക്കുന്നു എന്ന കാര്യം അവിതർക്കിതമാണ്.

ചെറുകിട ഉല്പാദനത്തെ തകർത്തുകൊണ്ട് മൂലധനം തൊഴിലിന്റെ ഉല്പാദനക്ഷമത വർദ്ധിപ്പിച്ച്, വൻകിട മുതലാളികളുടെ കൂട്ടായ്മകൾക്ക് കുത്തക സ്ഥാനം ഉറപ്പിച്ചുകൊടുക്കുന്നു. ഉല്പാദനം തന്നെ കൂടുതൽ കൂടുതൽ സാമൂഹ്യമാകുന്നു. നൂറല്ല ആയിരമല്ല ലക്ഷക്കണക്കിന് തൊഴിലാളികൾ സുസംഘടിതവും ക്രമാനുഗതവുമായ ഒരു സാമ്പത്തിക സംവിധാനത്തിൽ ബന്ധിതരാവുന്നു. എന്നാൽ ഈ സഞ്ചിതമായ തൊഴിലിന്റെ ഫലത്തെ ഒരു പിടി മുതലാളിമാർ കൈയടക്കുന്നു. ഉല്പാദനത്തിലെ അരാജകത്വം, പ്രതിസന്ധി, കമ്പോളം വെട്ടിപ്പിടിക്കാനുള്ള മരണപ്പാച്ചിൽ, സാമാന്യജനങ്ങളുടെ നിലനില്പിനു വന്നുചേരുന്ന അരക്ഷിതാവസ്ഥ എന്നിവ തീവ്രമാക്കുന്നു.

തൊഴിലാളികൾക്ക് മൂലധനത്തോടുള്ള ആശ്രിതത്വം വർദ്ധിപ്പിച്ചുകൊണ്ട് മുതലാളിത്ത വ്യവസ്ഥിതി സംഘടിത തൊഴിലാളികളുടെ വൻശക്തിയെ സൃഷ്ടിക്കുന്നു.

മുതലാളിത്ത വികാസത്തിന്റെ അടിത്തറ കാൾമാർക്സ് കണ്ടെത്തിയത് ചരക്കുല്പാദന സമ്പദ് വ്യവസ്ഥയുടെ ഭ്രൂണത്തിൽനിന്നും കൈമാറ്റങ്ങളിൽ നിന്നും അതിന്റെ ഉയർന്ന രൂപമായ വൻകിട ഉല്പാദനത്തിൽ നിന്നുമാണ്.

ഈ മാർക്സിസ്റ്റ് സിദ്ധാന്തത്തിന്റെ സത്യം നാളുകൾ കഴിയുന്തോറും പഴയതും പുതിയതുമായ എല്ലാ മുതലാളിത്ത രാജ്യങ്ങളിലെയും തൊഴിലാളികൾക്കും കൂടുതൽ കൂടുതൽ വ്യക്തമാവുന്നു.

മുതലാളിത്തം ലോകത്താകെ വിജയക്കൊടി പാറിച്ചു എന്നാൽ അത് മൂലധനത്തിനുമേൽ തൊഴിലാളികൾ തേടുന്ന വമ്പൻ വിജയത്തിന്റെ നാന്ദി മാത്രമാണ്.

## III

ഫ്യൂഡലിസത്തെ നിഷ്കാസിതമാക്കി 'സ്വതന്ത്ര' മുതലാളിത്ത സമൂഹം ലോകത്ത് ആവിർഭവിച്ചപ്പോൾത്തന്നെ ഈ സ്വാതന്ത്ര്യത്തിനർത്ഥം തൊഴിലാളിവർഗ്ഗത്തിനുമേലുള്ള അടിച്ചമർത്തലും ചൂഷണവും ആയിരിക്കുമെന്ന് വ്യക്തമായിക്കഴിഞ്ഞിരുന്നു. ഈ അടിച്ചമർത്തലിനെതി

രെയുള്ള പ്രതിഷേധമെന്ന നിലയിൽ പലതരം സോഷ്യലിസ്റ്റു സിദ്ധാന്തങ്ങൾ പ്രത്യക്ഷപ്പെട്ടു. ആദ്യകാല സോഷ്യലിസം സാങ്കല്പികമായിരുന്നു. നിലനില്ക്കുന്ന മുതലാളിത്ത സമൂഹത്തെ അതു നിശിതമായി വിമർശിച്ചു. അപലപിക്കുകയും ശപിക്കുകയും ചെയ്തു. അതിന്റെ നാശത്തെപ്പറ്റി സ്വപ്നം കാണുകയും കൂടുതൽ മെച്ചപ്പെട്ട സാമൂഹ്യക്രമത്തെപ്പറ്റിയുള്ള കാഴ്ചപ്പാടുകൾ മുന്നോട്ടുവയ്ക്കുകയും ചെയ്തു. ചൂഷണത്തിന്റെ അധാർമ്മികതയെപ്പറ്റി സമ്പന്നരെ ബോദ്ധ്യപ്പെടുത്താനുള്ള ഉദ്യമങ്ങളിലും അത് ഏർപ്പെട്ടു.

എന്നാൽ സാങ്കല്പിക സോഷ്യലിസത്തിന് യാഥാർത്ഥ പരിഹാരം മുന്നോട്ടുവയ്ക്കാനായില്ല. മുതലാളിത്തത്തിനു കീഴിലെ കൂലി അടിമത്തത്തിന്റെ യഥാർത്ഥ സ്വഭാവം വിശദീകരിക്കാനും അതിന് കഴിഞ്ഞില്ല. മുതലാളിത്ത വികാസത്തിന്റെ നിയമങ്ങൾ വെളിപ്പെടുത്താനോ പുതിയ സമൂഹത്തിന്റെ സൃഷ്ടികളാകാൻ കഴിയുന്ന ശക്തി ഏതെന്നു വെളിപ്പെടുത്താനോ അവർക്കു കഴിഞ്ഞില്ല.

ഈ കാലഘട്ടത്തിലാണ് യൂറോപ്പിലാകെ പ്രത്യേകിച്ച് ഫ്രാൻസിൽ വിപ്ലവക്കൊടുങ്കാറ്റ് ആഞ്ഞുവീശിയത്. ഈ വിപ്ലവങ്ങളെത്തുടർന്ന് ഫ്യൂഡലിസവും അടിയായ്മയും കടപുഴകി. ഈ സംഭവവികാസങ്ങളുടെയെല്ലാം പിന്നിലെ ചാലകശക്തി വർഗ്ഗങ്ങളുടെ സമരമാണെന്ന് കൂടുതൽ കൂടുതൽ വ്യക്തമായി.

അതിശക്തമായ ചെറുത്തുനില്പുകളിലൂടെയല്ലാതെ ഫ്യൂഡലിസത്തിനെതിരായുള്ള രാഷ്ട്രീയ സ്വാതന്ത്ര്യത്തിനു വേണ്ടി നടക്കുന്ന പോരാട്ടങ്ങൾ ഒരൊറ്റയിടത്തും വിജയം കണ്ടിട്ടില്ല. വിവിധ വർഗ്ഗങ്ങൾ തമ്മിലുണ്ടായ ജീവന്മരണ പോരാട്ടത്തിലൂടെയല്ലാതെ ലോകത്ത് ഒരു മുതലാളിത്ത രാജ്യവും സ്വതന്ത്രമാവുകയോ ജനാധിപത്യം സ്വീകരിക്കുകയോ ചെയ്തിട്ടില്ല.

ലോകചരിത്രത്തിൽനിന്നുമുള്ള പാഠങ്ങൾ പഠിക്കുകയും ആ പാഠങ്ങൾ സമൂഹത്തിൽ പ്രയോഗിക്കുകയും ചെയ്തു എന്നിടത്താണ് കാൾ മാർക്സിന്റെ പ്രതിഭ കുടികൊള്ളുന്നത്. ചരിത്രത്തിൽനിന്നും മാർക്സ് ഉൾക്കൊണ്ട പാഠം വർഗ്ഗസമരത്തിന്റേതായിരുന്നു.

ഏതെങ്കിലും വർഗ്ഗത്തിന്റെയോ വർഗ്ഗങ്ങളുടെയോ താല്പര്യങ്ങളാണ് ധാർമ്മികതയുടെയും മതത്തിന്റെയും രാഷ്ട്രീയ സാമൂഹ്യ ശൈലികളുടെയും പ്രഖ്യാപനങ്ങളുടെയും വാഗ്ദാനങ്ങളുടെയും പിന്നിലെന്ന് മനസ്സിലാക്കുന്നതുവരെയും ആളുകൾ എപ്പോഴും രാഷ്ട്രീയ വഞ്ചനയുടെയോ ആത്മവഞ്ചനയുടെയോ വിഡ്ഢികളായ ഇരകൾ മാത്രമായിരിക്കും. പരിഷ്കാരങ്ങളുടെയോ ഉല്ക്കർഷങ്ങളുടെയും വക്താക്കളെ പഴയ സമൂഹ്യക്രമങ്ങളുടെ സംരക്ഷകർ നിരന്തരം വിഡ്ഢികളായി ചിത്രീകരിച്ചുകൊണ്ടിരിക്കും. എത്ര ദുഷിച്ചു നാറിയതാണെങ്കിലും പ്രാകൃതമാണെങ്കിലും പഴയ സാമൂഹ്യക്രമത്തെ മുന്നോട്ടുനയിക്കുന്നത് ചില ഭരണവർഗ്ഗങ്ങളാണെന്ന് മനസ്സിലാക്കുന്നതുവരെ ഇവർ ഈ ആക്ഷേപം തുടരും. ആ

വര്‍ഗ്ഗങ്ങളുടെ പ്രതിരോധത്തെ തച്ചുതകര്‍ക്കാന്‍ ഒരൊറ്റവഴി മാത്രമേയുള്ളൂ. അതിനുള്ള വഴി നമുക്കു ചുറ്റുമുള്ള സമൂഹത്തില്‍ത്തന്നെയുണ്ട്. ആ ശക്തികള്‍ക്ക് അതിന്റെ സവിശേഷമായ സാമൂഹ്യനില കാരണം പഴയ സാമൂഹ്യക്രമങ്ങളെ തൂത്തെറിഞ്ഞ് പുതിയ സാമൂഹ്യക്രമം സൃഷ്ടിക്കാന്‍ ആവശ്യമായ പോരാട്ടങ്ങള്‍ സംഘടിപ്പിക്കാനാകും.

മാര്‍ക്സിന്റെ ഭൗതികവാദതത്ത്വശാസ്ത്രംമാത്രമേ നാളിതുവരെ ആത്മീയ അടിമത്തത്തില്‍ തളച്ചിടപ്പെട്ട തൊഴിലാളി വര്‍ഗ്ഗത്തിനും അടിച്ചമര്‍ത്തപ്പെട്ട മറ്റ് വര്‍ഗ്ഗങ്ങള്‍ക്കും അതില്‍നിന്നും പുറത്തുകടക്കാനുള്ള വഴി കിട്ടുന്നുള്ളൂ. മുതലാളിത്ത വ്യവസ്ഥയില്‍ തൊഴിലാളി വര്‍ഗ്ഗത്തിന്റെ ശരിയായ സ്ഥാനം ശരിയായി വിശദീകരിച്ചുകൊടുക്കാന്‍ കഴിഞ്ഞിട്ടുള്ളത് മാര്‍ക്സിന്റെ സാമ്പത്തിക ശാസ്ത്രത്തിനു മാത്രമാണ്.

അമേരിക്ക മുതല്‍ ജപ്പാന്‍ വരെയും സ്വീഡന്‍ മുതല്‍ ദക്ഷിണാഫ്രിക്കവരെയും ലോകത്താകമാനം തൊഴിലാളിവര്‍ഗ്ഗത്തിന്റെ സ്വതന്ത്രസംഘടനകള്‍ പെരുകുകയാണ്. വര്‍ഗ്ഗ സമരത്തില്‍ ഏര്‍പ്പെടുകവഴി തൊഴിലാളി വര്‍ഗ്ഗത്തിനുള്ളില്‍ ജ്ഞാനോദയവും വിദ്യാഭ്യാസവും ശക്തിപ്പെടുന്നു. ബൂര്‍ഷ്വാ സമൂഹം സൃഷ്ടിച്ച മുന്‍വിധികളെ തൊഴിലാളിവര്‍ഗ്ഗം മറികടക്കുന്നു. അവര്‍ അവരുടെ കാണികളെ കൂടുതല്‍ കൂടുതല്‍ ചേര്‍ത്തുനിര്‍ത്തുന്നു. തങ്ങളുടെ വിജയത്തിന്റെ അളവ് അവര്‍ക്കിപ്പോള്‍ അളക്കാനാവും. സ്വന്തം ശക്തി ഉറപ്പിക്കാനും തടുക്കാനാവാത്തവിധം മുന്നേറാനും അവര്‍ക്കിപ്പോള്‍ അറിയാം.

www.ingramcontent.com/pod-product-compliance
Lightning Source LLC
LaVergne TN
LVHW060131051026
849517LV00007B/2441
* 9 7 8 9 3 9 3 4 6 8 0 3 1 *